இருள் வரும் நேரம்

கிழக்கு பதிப்பக வெளியீடுகளாக சுஜாதாவின் புத்தகங்கள்

மீண்டும் ஜீனோ
நிறமற்ற வானவில்
நில்லுங்கள் ராஜாவே
தீண்டும் இன்பம்
ஆஸ்டின் இல்லம்
அனிதாவின் காதல்கள்
நைலான் கயிறு
24 ரூபாய் தீவு
அனிதா இளம் மனைவி
கொலை அரங்கம்
கமிஷனருக்கு கடிதம்
அப்ஸரா
பாரதி இருந்த வீடு
மெரீனா
ஆர்யபட்டா
என் இனிய இயந்திரா
காயத்ரி
ப்ரியா
தங்க முடிச்சு
எதையும் ஒருமுறை
ஊஞ்சல்
ஓரிரவில் ஒரு ரயிலில்
மீண்டும் ஒரு குற்றம்
விக்ரம்
நில், கவனி, தாக்கு!
வாய்மையே சில சமயம் வெல்லும்
ஆ..!
வசந்த காலக் குற்றங்கள்
சிவந்த கைகள்
ஒரே ஒரு துரோகம்
இன்னும் ஒரு பெண்
6961
ஜோதி
மாயா
ரோஜா
ஓடாதே
மேற்கே ஒரு குற்றம்
விபரீதக் கோட்பாடு
ஐந்தாவது அத்தியாயம்
மலை மாளிகை
விடிவதற்குள் வா
மூன்று நாள் சொர்க்கம்
பத்து செகண்ட் முத்தம்
கம்ப்யூட்டர் கிராமம்
இளமையில் கொல்
மேகத்தை துரத்தியவன்
ஒரு நடுப்பகல் மரணம்
நகரம்
இதன் பெயரும் கொலை
மண்மகன்
தப்பித்தால் தப்பில்லை
விழுந்த நட்சத்திரம்
முதல் நாடகம்
ஆட்டக்காரன்
ஜன்னல் மலர்
என்றாவது ஒரு நாள்
வைரங்கள்
மேலும் ஒரு குற்றம்
சொர்க்கத் தீவு
கனவுத் தொழிற்சாலை
ஆயிரத்தில் இருவர்
பதினாலு நாட்கள்
உள்ளம் துறந்தவன்
பிரிவோம் சந்திப்போம்
கரையெல்லாம் செண்பகப்பூ
இரண்டாவது காதல் கதை
நிர்வாண நகரம்
குருபிரசாதின் கடைசி தினம்
இருள் வரும் நேரம்
திசை கண்டேன் வான் கண்டேன்
ஆழ்வார்கள் - ஓர் எளிய அறிமுகம்
தேடாதே
விருப்பமில்லாத் திருப்பங்கள்
விரும்பிச் சொன்ன பொய்கள்
கை
ஆதலினால் காதல் செய்வீர்
நூற்றாண்டின் இறுதியில் சில சிந்தனைகள்
அப்பா, அன்புள்ள அப்பா
மிஸ். தமிழ்த்தாயே, நமஸ்காரம்!
சிறு சிறுகதைகள்
வாரம் ஒரு பாசுரம்
வானத்தில் ஒரு மௌனத்தாரகை
கடவுள் வந்திருந்தார்
அனுமதி
ஓலைப் பட்டாசு
சேகர், சிங்கமய்யங்கார் பேரன்
கம்ப்யூட்டரே ஒரு கதை சொல்லு
டாக்டர் நரேந்திரனின் வினோத வழக்கு
நிஜத்தைத் தேடி
பாதி ராஜ்யம்
சில வித்தியாசங்கள்

இருள் வரும் நேரம்

சுஜாதா

கிழக்கு

இருள் வரும் நேரம்
Irul Varum Neram
by Sujatha
Sujatha Rangarajan ©

Kizhakku First Edition: January 2011
176 Pages
Printed in India.

ISBN: 978-81-8493-620-9
Title No. Kizhakku 600

Kizhakku Pathippagam
177/103, First Floor,
Ambal's Building, Lloyds Road,
Royapettah, Chennai 600 014.
Ph: +91-44-4200-9603

Email : support@nhm.in
Website : www.nhm.in

Cover Image : Shutterstock

Kizhakku Pathippagam is an imprint of New Horizon Media Private Limited

This book is sold subject to the condition that it shall not, by way of trade or otherwise, be lent, resold, hired out, or otherwise circulated without the publisher's prior written consent in any form of binding or cover other than that in which it is published and without a similar condition including this the rights under copyright reserved above, no part of this publication may be reproduced, stored in or introduced into a retrieval system, or transmitted in any form or by any means (electronic, mechanical, photocopying, recording or otherwise), without the prior written permission of both the copyright owner and the above-mentioned publisher of this book.

அம்ருதா எங்கே இருக்கிறாய் நீ? ரிசப்ஷனுக்காக விலை உயர்ந்த நகைகள் அணிந்துகொண்டிருந்தாயா? கவனிக்கத் தவறி விட்டேனே! உன் நகைகளால் யாராவது கவரப்பட்டு அல்லது உன் சிவந்த மேனியால் யாராவது கவரப்பட்டு... சே... சே... அப்படியில்லை... அப்படி நடக்கவில்லை... ஆட்டோ பிடித்து இதோ வரப்போகிறாய். இதோ... இதோ!

முன்னுரை

இருள் வரும் நேரம் 'கல்கி' பத்திரிகையில் தொடர் கதையாக வெளிவந்தபின் புத்தகமாக 1982-ல் ஒரு பதிப்பும் 1993-ல் ஒரு பதிப்பும் வந்தது. ஏனோ இது 2002 வரை மறுபதிப்பாகவில்லை. இருபது ஆண்டு களுக்குப்பிறகு இந்த நாவலை டிஜிட்டல் சினிமா வாக எடுக்க திரு. பி.சி. ஸ்ரீராம் திட்டமிட்டிருக் கிறார்.

சுஜாதா
சென்னை
ஆகஸ்ட் 2002

1

ராத்திரியே பேசி வைத்தாற்போல அத்தனை மரங்களும் காலை பூத்திருந்தன. உடலில் ஓர் இலை இல்லாமல் எதற்காக இந்த மஞ்சள் ஆரவாரம்? எதற்காக உலகுக்குத் தன் வனப்பைத் தெரிவிக்கும் ஆர்வம்?

இந்த வீட்டுக்கு வந்து இரண்டரை வருஷமாச்சு. இந்த மரத்தின் பெயர்கூடத் தெரிந்து வைத்துக் கொள்ளவில்லை.

'ஏ பெயரில்லாத மரமே! மார்ச் ஒன்பது, புதன் கிழமை காலையைப் பளிச்சென்று எடுத்துச் சொல்லும் மஞ்சள் மரமே, உனக்கு வந்தனங்கள்.'

ராம்பிரகாஷ் சன்னல் திரையை முழுவதும் விலக்கி சூரியனை எதிரே படுத்திருந்த அம்ருதாவின்மேல் அனுமதித்தார்.

இதோ இந்த மென்மையான பிரகிருதிக்காக இன்னொரு வந்தனம். அதிகாலைக் கனவிலிருந்து விடைபெற்று வந்து இவள் உதட்டோரம் படிந் திருக்கும் புன்னகைக்காக.

I sing the body electric!

'அம்ரு... அம்ரு... எழுந்திரு.'

புன்னகை சற்று விரிந்தது. கைகளை முழங்காலுக்கு இடையில் இடுக்கிக்கொண்டு, இன்னும் தன்னைப் பந்தாக்கிக்கொண்டு இன்னும் தூங்கினாள்.

'அம்ரு நல்லாத் தூங்கறாளாக்கும். அப்ப நான் கிளம்பி நேரா எம்.டி.ஆர். போயி டிபன் சாப்பிட்டுட்டுக் கபன் பார்க்கில் டென்னிஸ் ஆடிட்டு...'

விருட்டென்று எழுந்துவிட்டாள். 'நானு?'

ராம்பிரகாஷ் அவளருகே சென்று படுக்கை விளிம்பில் அசௌகரிய மாக உட்கார்ந்துகொண்டு அவள் நெற்றியை, மூக்கை, கன்னத்தை, தாடையை, கழுத்தை வாசனை பார்த்தார்.

பிடித்துத் தள்ளினாள். 'வம்பு வேண்டாம்பா. இந்தச் சமயந்தான் ஆபத்தான வேளை. போன தடவை இந்த மாதிரித்தான் ஆரம்பிச்சு டாக்டர் மஞ்சுஷாவரை கொண்டுவிட்டது.'

நைட் கவுனின் ஸாட்டின் மழுப்பலில் அவள் அடையாளங்கள் புரள, 'அம்ரு ப்ளீஸ்... ' என்று இழுத்தபோது,

'நோ வே' என்று அவரது அமெரிக்கத் தனத்தைப் பரிகசிக்கிற தொனியில் சொன்னாள். ராம்பிரகாஷ் தரையில் மண்டி போட்டுக் கொண்டு ரோமியோ போலக் கெஞ்ச, 'வெக்கமா இல்லை? அமெரிக்காவில் பிஎச்.டி. பண்ணின ஓர் ஆசாமி, கேவலம் ஒரு செகண்ட் கிளாஸ் பி.எஸ்ஸி பாட்டனிகிட்ட தரையில் மண்டி போட்டுக்கிட்டுக் கெஞ்சறதாவது? சார், நீங்க படிச்ச படிப்புக்கு மரியாதை கொடுங்க சார். என்ன மாமா நீங்க, நான் உங்களைவிட எவ்வளவு சின்னவ?'

'பாரு. இன்னும் ஒரு முறை என்னை மாமான்னு கூப்ட்ட?'

'மாமோய்...'

டாக்டர் ராம்பிரகாஷ் தன்னுடைய பிஎச்.டி., டி.லிட்., எல்லா வற்றையும் மறந்து அவள் இடுப்பில் முகம் புதைத்தார்.

கார் யூனிவர்சிடி வாசலைக் கடக்கும்போது மறுபடியும் அந்த மஞ்சள் மர ஸோல்ஜர்கள். பெங்களூர் முழுவதுமே செய்தி போயிருக்கிறது. 'இதனால் தெரிவிப்பது என்னவென்றால் பேர் தெரியா மஞ்சள் மரங்கள் அனைத்தும் புதன்கிழமை காலை பூக்க வேண்டியது.'

டிபார்ட்மெண்ட் வாசலில் வர்ஷாவும் பாலசுப்ரமணியனும் காத்திருந்தார்கள். வர்ஷா கதரில் முரட்டுக் கமீஸ் அணிந்து ஓர் இம்மியும் மேக் அப் இல்லாமல், 'மார்னிங் டாக்டர்' என்றாள்.

‘மார்னிங் வர்ஷா, மார்னிங் பாலா. எல்லாரும் வந்தாச்சா?’

‘காத்திருக்காங்க டாக்டர்.’

ராம்பிரகாஷ் ஹாலில் நுழைந்தபோது, இயல்பாக மாணவர்கள் கை தட்டினார்கள். அசோசியேஷன் செக்ரட்ரி மிகுந்த சுய பிரக்ஞையுடன் வீற்றிருக்க, ‘ப்ளீஸ் சிட்’ என்றார்.

அத்தனை கண்களும் அவரையே ஆர்வத்துடன் பார்க்க, வர்ஷா மேசைக்கருகில் வந்து பூச்சாடியை நகர்த்தி, ‘ப்ரெண்ட்! டாக்டர் ராம்பிரகாஷை அறிமுகப்படுத்தத் தேவையில்லைதான். இருந்தும் ஒரு சம்பிரதாயத்துக்காக, முழுமைக்காக... அவர் கனடா அர்பானாவிலும், அமெரிக்கா ஆர்வர்டிலும் இரண்டு டாக்டரேட் பட்டம் வாங்கினதும் அங்கே அமெரிக்காவில் பல பல்கலைக் கழகங்களில் வாய்ப்பு கிடைத்தும், அவற்றையெல்லாம் நிராகரித்துவிட்டு நம் கடலைக்காய் யூனிவர்சிட்டிக்கு வந்து சேர்ந்திருக்கிறார் என்பதில் உள்ள தியாகத்தை நாம் வியக்க வேண்டும்...’

வர்ஷாவை ராம்பிரகாஷ் பக்கவாட்டிலிருந்து பார்த்தார். இளமை என்பதன் பொழிப்புரை, தன்னம்பிக்கை. வார்த்தைகள் கோர்த்ததுபோலச் சீராகப் பிரவாகம், எந்தவித அசிங்க அபிநயங்களும் இன்றி, இன்றைய தேதிக்கு இவ்வுலகம் என்னுடையது என்று சொல்லும் அழுத்தமான முத்திரைகள்.

‘இன்று டாக்டர் ராம்பிரகாஷ் அண்டர்கிராஜுவேட்டுகளிடையே பேசச் சம்மதித்தது நம் பாக்கியம். அவர் பேச்சைத் தொடங்கு முன் குழுவின் சார்பில்...’

சந்தன மாலை வாசனையாக இருந்தது. வர்ஷா இயல்பாக அதை அவர் கழுத்தில் அணிவித்துக் கை குலுக்கும்போது, பின் சீட்டுக்கள் சீட்டியில் வெடித்தன. கை தட்டல் ஓய்ந்ததும், ராம்பிரகாஷ் பேசத் தொடங்கினார்.

‘என் இனிய மாணவியும், இயல்பான தலைவியும் ஆன வர்ஷா ஷிவ்தாசனி, மௌனமான பாலசுப்ரமணியன், மார்னிங் ஷோவைப் புறக்கணித்துவிட்டு என்னைக் கேட்க வந்திருக்கும் இளம் நண்பர்களே...

‘வர்ஷா சொன்னதுபோல் நான் இந்தியா வந்ததில் தியாகம் எதுவும் இல்லை. அமெரிக்கா பிடிக்கவில்லை. வந்துவிட்டேன்.

இந்த 'கடலைக்காய்' பல்கலைக்கழகம் எனக்குக் கொடுக்கும் சம்பளம் போதுமானது. வர்ஷா போன்ற மாணவிகளின் கண்களில் இந்தியாவின் எதிர்காலத்தைப் பார்க்க முடிகிறது என்னால். பெங்களூரில் வருஷம் தவறாமல் மஞ்சள் பூக்கள் பூக்கின்றன. எம்.டி.ஆரில் டிபன் நன்றாக இருக்கிறது. எனக்கு வாய்த்த மனைவி ஓர் அபூர்வமான பிரஜை. என் கார் வழியில் நிற்பதில்லை... இப்படி எத்தனையோ காரணங்கள்.'

ராம்பிரகாஷால் மாணவர்கள் அனைவரின் கவனத்தையும் கவர முடிந்தது. உன்னிடம் விஷயம் இருந்தால் கவனிப்பார்கள், நிச்சயம் கவனிப்பார்கள் என்று டாக்டர் பவர் அடிக்கடி சொல்வார்.

'குழந்தைகளின் மனோ தத்துவத்தை நான் ஆராயத் தொடங்கிய போது முதலில் நான் சந்தித்தது ஃப்ராய்டு. அவருக்கு எல்லாமே செக்ஸ்தான். குழந்தைப் பருவம் என்பது ஃப்ராய்டுக்கு ஒரு எக்ஸ் சர்டிபிகேட் திரைப்படம் போல!

'அதன்பின் பியாஜே. அவர் சித்தாந்தத்தின்படி உலகில் உள்ள குழந்தைகள் அனைவரும் தம் குழந்தைபோல நடந்து கொள்வார்கள் என்று நம்பினார். பவுல்பி குழந்தை பிறக்கும் போதே சமூகத்தை வெறுக்கிறது என்றார். அம்மாவுடன் சேர்ந்து பழகினபின்தான் அதன் முசுடுத்தனம் விலகுகிறதாம்.

'என்னைக் கேட்டால் எல்லாருமே கதை விடுகிறார்கள் என்பேன். குழந்தை பிறந்த அன்று, கண் திறந்த அன்று, உலகத்தில் என்ன பார்க்கிறது, எப்படிப் பார்க்கிறது என்று சொல்ல முடியுமா?'

ராம்பிரகாஷ் நிறுத்தினார். கிடைத்த மவுனத்தில் வர்ஷாவைப் பார்த்தார். அவள் அவரைத்தான் கவனித்துக்கொண்டிருந்தாள். அவர் பேச்சை அல்ல.

'எப்படிப் போச்சு உங்க லெக்சர்?'

'சூப்பர் அம்ரு, நீ வந்திருக்கணும்.'

'எனக்குப் புரியாது. வர்ஷா வந்திருந்தாளா?'

'ஆமா, என்ன நீ? வர்ஷாவைக் குறிப்பா விசாரிக்கிறே?'

'நீங்கதானே எப்பவும் அவளைப் பத்திப் பேசுவீங்க, என்னா இண்டெலிஜெண்ட்டு, என்னா கல்சர்டுன்னு...'

'மை ஒய்ஃப் இஸ் ஜெ...லஸ்.'

'பொறாமையா, எனக்கா? சரி சரி. நான் போன் பண்ணினது வர்ஷா சர்ஷாவுக்காக இல்லை. சாயங்காலம் சீக்கிரம் வந்துடுங்க. ஜயந்த் கல்யாண ரிசப்ஷன் இருக்கு. போகணும்.'

'எங்கே?'

'பசவங்குடி வாசவி கல்யாண மண்டபத்தில்.'

'நீ நேரா அங்கே வந்துருவியா?'

'நோ வ்வே!'

'என்ன அம்ரு. அமெரிக்காவில் எல்லாம் மனைவிங்க எவ்வளவு இண்டிபெண்டண்ட் தெரியுமா?'

'இது இண்டியா. சரியா அஞ்சரைக்கு வீட்டுக்கு வந்துருங்க. லைப்ரரியில் வர்ஷாவுக்குச் சந்தேகம்னு உட்கார்ந்துராதிங்க.'

'மீண்டும் வர்ஷா.'

'அண்ட் ஐம் நாட் ஜெலஸ்.'

'திருப்பித் திருப்பிச் சொன்னாலே ஜெலஸ்னு அர்த்தம்.'

'போனை வெச்சிரவா?'

ராம்பிரகாஷ் டெலிபோனை வைத்தபின், தலையை உதறிச் சிரித்துக்கொண்டார். 'மே ஐ கமின் டாக்டர்?'

'எஸ், வர்ஷா, வாட்டிஸிட்?'

'இன்னிக்கு லெக்சர் நல்லாவே இருந்தது. எம்பிரிசிஸம், பிஹேவியரிஸம் இரண்டையும் உதாரணம் காட்டினது. அந்த பிலாசபர் சொன்னிங்களே. யார் அது?'

'ஜான் லாக்... கமான் வர்ஷா, யூ நோ எபவுட் லாக்.'

'உங்களைப் பார்த்ததுல மறந்துபோயிடறது.'

ஒரு முறை அவளை நிமிர்ந்து பார்த்து, 'மிஸ் வர்ஷா ஷிவ்தாசனி, யூ ஆர் நாட்டி!'

அவள் புரியாததுபோல் 'பெக் யுவர் பார்டன்?' என்றாள். சற்று நேரம் அவளையே கண் கொட்டாமல் பார்த்துவிட்டு, 'ஆல்ரைட், எழுதிக்கொள். நேட்டிவிஸம், எம்பிரிசிஸம்... ஒரு நேட்டிவிஸ்டுக்குக் குழந்தை கருவுற்ற கணத்திலேயே அதன் திறமைகள், குறைகள் யாவுமே தீர்மானிக்கப்பட்டுவிடுகின்றன. எம்பிரிசிஸ்ட் சொல்வது இதற்கு நேர் எதிரானது. பிறக்கும்போது குழந்தை வெற்றுக் காகிதம் போல. சூழ்நிலையும் அனுபவமும் தான் அதை உருவாக்குகிறது.'

'இதில் எது உண்மை?' என்றாள் வர்ஷா.

'இரண்டுமே.'

வாசவி வாசலில் மறுபடி அதே மஞ்சள் மலர்கள். அவற்றைப் பட்டயம்போல அட்டையில் பொருத்தி JAYANTHI weds REKHA என்று ரோஜா இதழ்களால் நடுவே எழுதி, அதைச் சக்கர விளக்குகள் சுற்றி வந்தன. பதினைந்து வயசுப் பெண்களின் பன்னீர் தெளித்தலைக் கடந்து, மெல்லிசைக்காரர்களின் இரைச்சலின் ஊடே நடந்து, மணமக்களை எய்தி ராம்பிரகாஷ் கை குலுக்க, அம்ருதா அந்தப் பக்கம் நிற்க, 'பளிச்', 'பளிச்' ஒரு முழம் வீடியோ!

'கட்டாயம் சாப்பிட்டுட்டுப் போங்க டாக்டர்.'

சாப்பிடச் செல்லும்போது, 'ஹாய் டாக்...'

'ஹாய் கோபி! அம்ருதா, திஸ் ஈஸ் கோபி. நான் சொல்லிக்கிட்டே இருப்பேனே, அடுத்த எச்.ஓ.டி...'

'மை காட்! ஈஸ் திஸ் யுவர் ஒய்ஃப்?'

டாக்டர் தலை அசைக்க,

'ஷி ஈஸ் வெரி யங்.'

'அண்ட் சார்மிங்.'

'எப்படி இந்த ராட்சசனை கல்யாணம் செய்துக்கச் சம்மதிச்சீங்க?'

அம்ருதா, 'இதெல்லாம் போய் ஜோக் அடிக்கவேண்டிய விஷயமா?' என்பதுபோல ராம்பிரகாஷைப் பாத்தாள்.

'டை, டை எல்லாம் போட்டு ஏமாத்திட்டேன் கோபி! நீ எங்க வீட்டுக்கு வந்தாகணும். வாசல்ல ஒரு மரம் பூத்திருக்கு மஞ்சளா. அதும் பேரு என்னன்னு சொல்றதுக்காகவாவது வந்தாகணும்.'

'இப்பவே சொல்லிடறேன். மஞ்ச மரம்' என்ற கோபி சிரித்து, 'மிஸஸ் ராம்பிரகாஷ், நான் இத்தனை தூரம் சுதந்தரமா ஜோக் அடிக்கிறது உங்களுக்குப் பிடிக்கலைன்னு தோணுது. தப்பா நினைச்சுக்காதீங்க. ராம் ஒரு ஜெம். கண்ணுக்கு முன்னால் இவனுக்கு வரவேண்டிய போஸ்டை எவனோ ஒரு மூணாந்தரம் கவர்ந்துக்கிட்டு இருக்கான். கண்டுக்கறதே இல்லை.'

திரும்பும்போது காரில் அம்ருதா, 'என்னைத் தவிர எல்லார் கிட்டேயும் கேக்கறீங்க. அதும்பேரு இண்டியன் லாபர்னம். ஆமா, என்ன போஸ்டிங்? உங்களுக்கு வர வேண்டியதை யாரோ எடுத்துக்கறாங்கன்னாரே அவரு?'

'ஆபீஸ் பாலிடிக்ஸ் அம்ரு. எனக்குக் கொடுக்கவேண்டிய டீன் ஆஃப் ஸ்டடிஸ்ன்னுட்டு ஒரு பதவியைச் சித்தலிங்கப்பான்னு ஜூனியர் ஒருத்தனுக்குக் கொடுக்கறாங்க...'

'உங்களுக்குத்தான் வர்ஷா போதுமே.'

'சே! என்ன பேச்சு அம்ரு! யூ ஆர் நாட் சீரியஸ்?'

உதட்டில் கோபம் துடித்தது. அம்ருதா அவரைச் சற்று நேரம் தீவிரமாகப் பார்த்துவிட்டு, குப்பென்று சிரித்தாள். அவர் முகத்தில் மூக்கால் உரசி, 'ஐயம் நாட் சீரியஸ்' என்றாள்.

'இன்னிக்கு ராத்திரி உண்டா?'

'என்னவாம்?'

என்னவென்று சொல்வதற்கு முன் கார் நடுவழியில் நின்று போனது.

2

அந்த நேரம் மாலையுமில்லாமல் இரவுமில்லாமல் ரெண்டுங்கெட்டானாக இருந்தது. எதிரே வரும் கார்கள் விளக்கு போடலாமா என்று யோசித்துக் கொண்டு வந்தன. பி.டி.எஸ். பேருந்துகள் காலியாகப் பறந்துகொண்டிருக்க, அந்த இடம் விதான செளதாவுக்கு அருகில் இருந்தது. டாக்டர் ராம்பிரகாஷ் இரண்டு மூன்று முறை ஸ்டார்ட்டரை இம்சித்துப் பார்த்தார்! ம்ஹூம்! தனக்குள் என்னவோ துக்கத்தை மறைத்துக்கொண்டு கார் கிளம்ப மறுத்தது.

டாக்டர் ராம்பிரகாஷ் மனித மனங்களில் டாக்டரேட் வாங்கியவர். ஒரு பாரனாய்டோ ஷ்கிட்ஸோவோ எப்படி நடந்து கொள்வான் என்பதைப் பற்றிய அவருடைய அறிவு தீர்மானமாக இருந்தது. ஆனால், ஒரு பியட் காரின் பானெட்டுக்குள் பொதிந்திருக்கும் ரகசியங்கள் ஏதும் அறியார். இருந்தும் சாஸ்திரத்துக்கும் காத்திருக்கும் மனைவிக்காகவும் பானெட்டைத் திறந்து எட்டிப் பார்த்தார். எல்லாம் சரியாகத்தான் இருந்தது. கொஞ்சம் சூடாக இருந்தது. பேட்டரி இருக்கவேண்டிய இடத்தில் இருந்தது! 'இது என்ன கார்புரேட்டரா, டிஸ்ட்ரிப்யூட்டரா என்னமோ சொல்வார்களே!'

ஒரு பத்து நிமிஷப் பிரயத்தனத்துக்குப்பின் காரை ஓர் ஓரமாகத் தள்ளினார். அதற்கே அவருக்கு வியர்த்தது. அம்ருதா எதுவும் சொல்லாமல்

அவரையே பார்த்துக் கொண்டு உட்கார்ந்திருந்தாள். 'இதுக்குத் தான் அப்பப்ப செக்கப் பண்ணிக்குங்கன்னு சொல்லிக்கிட்டே இருந்தேன்' என்றாள்.

'எப்பம்மா சொன்னே நீ?' என்று கேட்டார்.

'உங்களுக்கு இப்ப சொன்னா ஞாபகம் வராது. இப்ப என்ன செய்யறதா உத்தேசம்?'

'மெக்கானிக்கைக் கூட்டிகிட்டு வரணும்!'

'என்னை நடு ரோட்டில் தனியா விட்டுட்டுப் போயிடாதீங்க!'

'கவலைப்படாதே, அம்ரு! உனக்கு ஒரு வழி பண்ணிட்டுப் போறேன்.'

'இப்போதைக்கு ரிப்பேர் ஆகாதா?'

'ஆகாது. ஏதோ விஷ ஜுரம் இதுக்கு' என்று அதன் டயரை உதைத்தார்.

'பேசாம நம்ம வீட்டாண்டை இருக்கானே, மெக்கானிக். அவனையே கூட்டிட்டு வந்துடுங்க.'

'சரி. அம்ரு. அதுவரைக்கும் நீ இங்கே தனியா காருக்குள்ள இருப்பியா?'

'இல்லை. நான் மாட்டேன். எனக்குத் தனியா இருக்கப் பயம்!'

'தனியா இது? பக்கத்தில் விதான சௌதா ஜன நடமாட்டம் இருக்குது. என்ன பயம்?'

'என்னைத் தனியா கார்ல விட்டுட்டுப் போகாதீங்க. வேண்டாம்!'

'வேற வழி சொல்லு.'

'சொல்றதைக் கேளுங்க! பஸ் விசாரிச்சு ரெண்டு பேரும் பஸ்ல வீட்டுக்குப் போயிடலாம். அங்கே போனதும் நீங்க மெக்கானிக்கைக் கூட்டிவந்து ரிப்பேர் பண்ணி, காரை எடுத்துட்டு வந்துடுங்க.'

'இங்கிருந்து பஸ் கெடைக்குமா சிவாஜி நகருக்கு?'

'என்னைக் கேக்காதீங்க, விசாரிச்சுப் பாருங்க!'

அவளை முறைத்துப் பார்த்தார். அவள்மேல் எரிச்சலாக வந்தது. காரில் வயணமாக உட்கார்ந்துகொண்டு, 'இங்கே போ. இப்படிச் செய்' என்று என்னை அதிகாரம் பண்ண என்ன அருகதை இருக்கிறது இவளுக்கு? மனைவி என்பதாலா? இல்லை, அழகான மனைவி என்பதால்தான் இத்தனை சலுகைகள். மை காட்! கோபி சொன்னது என்னதான் தமாஷ் என்றாலும் அவருக்குள் உறுத்தியது. 'எப்படி இந்த ராட்சசனை கல்யாணம் பண்ணிக்கச் சம்மதிச்சீங்க?'

டாக்டர் கதவைத் திறந்து கொண்டு கிளம்ப, 'எங்கே போறீங்க?' என்றாள்.

'எதுத்தாப்பல பஸ் விசாரிச்சுட்டு வர்றேன். அம்ரு! அது வரைக்கும் கார்ல இரு. இல்லை, அதுகூட பயமா?'

'இல்லை. போய்ட்டு வாங்க. வேளா வேளைக்கு சர்வீஸிங் கொடுத்திருந்தால் இந்த ரிப்பேர் எல்லாம் வராமல் தடுத்திருக் கலாமில்லை? உங்களுக்கு எப்பப் பார்த்தாலும் வர்ஷா மேல்தான் ஞாபகம்!'

'டோண்ட் பி ஸ்டுப்பிட்' என்றார். அவர் கரங்கள் நடுங்கின. கோபத்தைக் கட்டுப்படுத்திக்கொண்டு மெல்ல பஸ் ஸ்டாப்பை நோக்கி நடந்தார். விதான செளதாவின் கருங்கல் மொட்டைத் தலைமீது மூன்று சிங்கங்கள் வீற்றிருக்க, அருகே தேசியக் கொடி துவண்டு இருந்தது. கபன் பார்க் உண்ணாவிரதர்கள் எல்லாரும் வீட்டுக்குப் போய்விட்டார்கள். போலீஸ் கான்ஸ்டபிள் ட்யூட்டி முடித்து விட்டு ட்ராபிக் லைட்டைப் புறக்கணித்துவிட்டு மூலையில் பஸ்ஸில் தொத்திக்கொண்டார்.

'இங்கிருந்து பெரும்பாலும் எல்லா பஸ்களும் சிவாஜி நகர் போகும்ங்க!'

டாக்டர் ராம்பிரகாஷ் மறுபடி தன் காருக்கு வந்து மனைவியிடம், 'வா' என்றார்.

'நல்லா விசாரிச்சீங்களா?'

'எல்லாம் நல்லாத்தான் விசாரிச்சேன்!'

கார்க் கதவுகளின் கண்ணாடிகளை உயர்த்திப் பூட்டினார். 'டிக்கி பூட்டியிருக்கிறதா?' என்று பரிசோதித்தார். நேராக நடந்தார்.

'இருங்க, நானும் வரவேண்டாமா?'

அவள் சாலையைக் குறுக்கே கடந்து வருவதைக் கவனித்தார். இவளுக்கும் எனக்கும் பொருத்தமில்லைதான். எத்தனை சிவப்பாக இருக்கிறாள். இந்த இருட்டில் நாவற்பழ கலர் புடைவையில் இவள் உடல் ஒரு மாலை விளக்குபோல் ஒளிருகிறது.

இருவரும் பஸ் ஸ்டாப்பில் போய் நிற்க, அருகே பத்துப் பேர் காத்திருந்தார்கள். பெண்கள் முன் பக்கம் ஏறுவதற்கு ஆயத்தமாகச் சற்று முன்னேறி நிற்க, 'அவங்களோட போய்ச் சேர்ந்துக்க!' என்றார்.

'ஏன்?'

'இந்தப் பக்கம் பஸ் ஏர்றதுக்குக் கஷ்டப்படும் பெண்கள் முன் பக்கம் ஏறிக்கலாம்.'

அவள் முன் பக்கம் செல்ல, அப்போது ஒரு பஸ் வந்தது. அது நிரம்பி வழிந்தது. ஃபுட் போர்டுக்கு வெளியே சில இளைஞர்கள் தேய்த்துக்கொண்டு இறங்கினார். 'சார், இது சிவாஜி நகர் போகுமா?'

'போகும்' என்று பதில் வருவதற்குள், ஷிய் என்று கண்டக்டரின் சிக்கனமான விசில் கேட்க, பஸ் புறப்பட, இறங்கிய இளைஞர்கள் அத்தனை பேரும் உள்ளே தொத்திக் கொண்டபோது, டாக்டர் ராம்பிரகாஷும் இயல்பாகத் திணிக்கப்பட, 'அம்ரு ஏறிக்க, ஏறிக்க' என்று கத்தினார்.

பஸ் அதற்குள் வேகம் பிடித்து விட்டது. டாக்டர் கொஞ்சம் அதிகப்படியான உயரம். அதனால் தலை இடிக்காமல் இருக்கக் குனிந்துகொள்ள வேண்டியிருந்தது. பஸ் இறுக்கமாக இருந்தது. வியர்வையும் விஸ்கியும் காற்றில் கலந்திருந்தன. டாக்டர் முன்பக்கம் பார்த்தார். அம்ருவின் கருநீல வண்ணப் புடைவை தெரிந்தது. 'நான் இங்கே டிக்கெட் வாங்கிக்கறேன்' என்று சப்தமிட்டது அவளுக்குக் கேட்கவில்லை போலும்! திரும்பவில்லை.

கொஞ்சம் கும்பல் குறையட்டும் என்று காத்திருந்தார். போஸ்ட் ஆபீஸ் சிக்னலைக் கடக்கத் திரும்பும்போது கூட்டத்தின் பாரத்தால் பஸ் தரையைத் தேய்த்தது. அங்கங்கே ஜனங்கள் தோளைப் பிடித்துத் தொங்கிக்கொண்டிருக்க, ஒருவருடன் ஒருவர் ஒட்டிக் கொண்டும் தேய்த்துக்கொண்டும் தடவிக் கொண்டும்...

அம்ருவைப் பார்க்க முயன்றார். கூட்டம் மறைத்தது. கருநீலப் புடைவை மட்டும் கோடி காட்டியது. என்ன ஒரு நகர வாழ்க்கை! ஒருவருக்கொருவரை இப்படிக் கட்டாயமாக ஒட்டவைக்கும் இந்த வியர்வைப் பெருக்கத்திலும் நெருக்கத்திலும் தினம் தினம் பிரயாணம் செய்ய வேண்டுமெனில், யாருக்கும் நிச்சயம் பைத்தியம் பிடித்துவிடும்!

இன்கம் டாக்ஸ் ஆபீஸைக் கடக்கும்போதும் கூட்டம் குறைய வில்லை. பஸ் நிற்கவும் இல்லை. அம்ருவைப் பார்க்க முடிய வில்லை.

சிவாஜி நகர் பஸ் ஸ்டாப் வந்து அத்தனை பேரும் இறங்கிக் கொள்ள, டாக்டர் ராம்பிரகாஷ் பின் பக்கத்து வாசல் வழியாக இறங்கிக்கொண்டு முன் வாசலுக்குச் சென்று அம்ருவுக்காகக் காத்திருந்தார். அவள் இறங்கினதும், 'ரொம்பக் கூட்டமா இருந்ததில்லை?' என்றார்.

'பார்டன்' என்றாள் அந்தப் பெண். அந்தக் கருநீலப் புடைவைக் காரி அம்ருதா இல்லை!

'ஸாரி, ஸாரி' என்று உள்ளே தேடினார். அம்ருதா இல்லை. இறங்கிவிட்டாளோ என்று திரும்பிப் பார்த்தார்.

சிவாஜி நகர் பஸ் நிலையத்தின் பரபரப்பில் திசையில்லாமல் நடந்து, 'அம்ருதா, அம்ருதா!' என்று சப்தமாகக் கூப்பிட்டார். அம்ருதா இல்லை. எங்கே போயிருப்பாள்? இல்லை! அவள் பஸ்ஸில் ஏறவே இல்லை போலும். அய்யோ, அவள் கையில் சில்லறை கூட இல்லையே. கைப்பையில் சில்லறை வைத்திருப் பாளோ? இப்போது என்ன செய்வாள்?

'ராம்! பதற்றப்படாதே. யோசித்து பார். இந்த நெருக்கடியில் அவள் என்ன செய்வாள்? உன் மனைவியை உனக்குத் தெரியாதா? ஏதும் செய்ய மாட்டாள். பதற்றப்படுவாள். ஆனால், இருந்த இடத்தைவிட்டு நகரவே மாட்டாள். நான் வரும்வரை நகர மாட்டாள். நிச்சயம், அங்கேயேதான் பஸ் ஸ்டாப்பில் காத்திருப்பாள்!'

உடனே ஓர் ஆட்டோவை விளித்து, 'விதான சௌதா போங்க!' என்றார்.

‘சவாரி சிக்கறதில்லைய்யா. ஒண்ணன்டாஃப் மீட்டர் போட்டுத் தரணும்...’

‘தர்றம்பா. அர்ஜண்டாப் போகணும்பா...’

ஆட்டோவில் திரும்ப அந்த பஸ் ஸ்டாப்பை அடையும்போது, அவர் மனம் பலவிதப் பதற்ற எண்ணங்களுக்கு உட்பட்டாலும் அந்த எண்ணங்களையெல்லாம் அடக்கி, ஆவலுடன் அந்த ஸ்டாப் வரக் காத்திருந்தார்.

முழுவதும் இருட்டி சோடியம் விளக்குகள் சாலையை மஞ்சளில் நனைத்திருக்க, ஒன்றிரண்டு பேர் நடமாட்டத்தைத் தவிர யாரும் பாதையில் தெரியவில்லை. ட்ராபிக் விளக்கு முட்டாள்தனமாகத் திரும்பத் திரும்ப அம்பர் கண் சிமிட்டிக்கொண்டிருக்க, அந்த வட்டத்தை நெருங்குகையில் டாக்டரின் உள்ளம் படபடத்தது.

‘இதோ வந்துவிட்டது. இதே பஸ் ஸ்டாப்தான்.’

அங்கே யாரும் இல்லை. டாக்டரின் கார் அதோ ஓரத்தில் அனாதையாக நின்றுகொண்டிருந்தது!

டாக்டர் இறங்கிச் சுற்றிலும் தேடியவண்ணம் மறுபடியும் ஆட்டோவுக்கு அருகில் வந்தார்.

‘என்னங்க, ஏதாவது கெட்டுப் போக்கிட்டீங்களா?’

‘இல்லைப்பா, என் வீட்டுக்காரி!’

‘பஸ்ல வரலீங்களா?’

‘இல்லை. ரெண்டு பேரும் வரவேண்டியது. அது கொஞ்சம் சாமர்த்தியம் குறைவு. அவங்க ஏர்றதுக்குள்ளே பஸ் கிளம் பிருச்சு. சிவாஜி நகர் வந்தப்புறம்தான் நோட் பண்ணினேன்!’

‘அப்படீன்னா, இப்ப அவங்க இல்லையா இங்கே?’

‘இல்லைப்பா!’

‘அடுத்த பஸ் புடிச்சுப் போயிருப்பாங்க. நீங்க இங்கே தேடிக் கிட்டு வந்தீங்க...’

‘அப்படித்தான் இருக்கணும். ஆனா தானாகவே பஸ் புடிச்சு வர்ற ஜாதியில்லை!’

‘இப்ப என்ன சவாரி, திரும்பவும் சிவாஜி நகர் போயிரலாமா? வூட்டாண்டை போய்ப் பாருங்க. அங்கே வந்திருப்பாங்க.’

‘அதுதான் சரி’ என்று மறுபடி ஆட்டோவில் ஏறிக்கொண்டார்.

காரைக் கடக்கும்போது அதை வெறுப்போடு பார்த்தார். ‘உன்னால்தானே எல்லாம்!’ படபடப்பு இப்போது மிக அதிகமாகி இருந்தது. ஆட்டோக்காரர் சொல்வதுதான் சரி. அடுத்த பஸ் பிடித்து வந்திருப்பாள். வீட்டுக்குப் போனால் இருப்பாள். சிவாஜி நகரிலிருந்து வீட்டுக்குப் போகும் வழி தெரியும். ஆனால், காசு?

‘கைப் பையில் சில்லறை வைத்திருப்பாள். இல்லை ஆட்டோ பிடித்து வீட்டுக்கு வந்ததும் கொடுக்கிறமாதிரி, அத்தனை சாமர்த்தியம் உள்ளதா? பாட்டனி படித்த அழகான பொம்மை!’

ஆனால், க்ரைசிஸ் என்று வந்தால் எந்த மனித மனமும் அதற்குத் தகுந்தாற்போல...

‘இங்கேதான் இடது பக்கம் திரும்புப்பா...’

ஆட்டோவில் வீட்டை அணுகும்போது வாசலில் மற்றொரு ஆட்டோ நின்றுகொண்டிருந்தது. அவருக்கு வயிற்றில் பால் வார்த்ததுபோல இருந்தது.

‘வந்துட்டாங்கப்பா!’

‘நான் சொன்னேனா இல்லையா?’

ஆட்டோவுக்குப் பணம் கொடுக்கும்போதுதான் அவருக்கு அந்த மற்றோர் ஆட்டோ எதிர் வீட்டுக்கு வந்திருக்கிறது என்று தெரிந்தது. ஒரு பெண்ணும், சின்னக் குழந்தையும், கூஜா, ஜமுக்காளப் படுக்கை சகிதம் ஏறிக்கொள்ள, ‘மீட்டர் போட்டியாப்பா?’ என்று கணவன் வந்து உட்கார, இரண்டு ஆட்டோக்களும் புறப்பட்டுப் போக, டாக்டர் ராம்பிரகாஷ் தன் வீட்டுக் கதவு இன்னமும் பூட்டியிருப்பதைக் கவனித்தார். வாசலில் இருந்த அந்த மஞ்சள் மரப் பூக்கள் அத்தனையும் உதிர்ந்திருந்தன.

வீட்டுக் கதவைத் திறந்து விளக்கைப் போட்டார். டெலிபோனை எடுத்தார்.

யாருக்கு போன் பண்ணுவேன்? இல்லை இன்னும் கொஞ்ச நேரம் பார்க்கலாம். அடுத்த பஸ் இன்னும் வந்திருக்காது. அல்லது ஆட்டோ வரத் தாமதமாகியிருக்கலாம். பத்து மணி வரை பார்க்கலாம்.

அதற்குள் வரவில்லையெனில்?

வருவாள். வந்துவிடுவாள். எங்கே போகிறாள்?

இரவு பதினோரு மணி வரை காத்திருந்தார் வரவில்லை.

3

டாக்டர் ராம்பிரகாஷ் மற்றவர்கள் சிக்கலை யெல்லாம் நிதானமாகச் சிந்தித்து, தர்க்கபூர்வமாக வாதாடித் தீர்த்துவைக்கக் கூடியவர். தமக்கே ஒரு சிக்கல் வந்தபோது சிந்திக்க முடியாமல் தவிர்த்தார். டெலிபோனை எடுத்தார். எண்களைப் பாதிச் சுழற்றலில் புறக்கணித்து, நகத்தைக் கடித்தார். சன்னலுக்கு வெளியே ஆட்டோ சப்தங்களைக் கவனித்தார். எங்கே எப்படித் தொலைந்து போயிருப்பாள்? இந்த நெருக்கடிக்கு அவர் சுத்தமாகத் தயாராக இல்லை. போலீஸுக்குப் போன் பண்ண வேண்டும் என்று எப்போது தீர்மானிப்பது? பஸ்ஸில் வரத் தவறிய மனைவிக்காக எத்தனை நேரம்வரை காத்திருக்க வேண்டும்? எப்போது நண்பர்களுக்கு அல்லது போலீஸுக்கு... அம்ருதா எங்கே இருக்கிறாய் நீ? ரிசப்ஷனுக்காக விலை உயர்ந்த நகைகள் அணிந்துகொண்டிருந்தாயா? கவனிக்கத் தவறி விட்டேனே! உன் நகைகளால் யாராவது கவரப்பட்டு அல்லது உன் சிவந்த மேனியால் யாராவது கவரப்பட்டு... சே... சே... அப்படியில்லை... அப்படி நடக்கவில்லை... ஆட்டோ பிடித்து இதோ வரப்போகிறாய். இதோ... இதோ!

மணி பார்ப்பதற்குப் பயப்பட்டார். அம்ருதாவின் அறைக்குச் சென்றார். நெட்டையாக டிரஸ்ஸிங் டேபிளின் கண்ணாடிக்கு எதிரே ஸ்டூல். அவள்

அவசரம் படுக்கையில் வாரியிறைத்த புடைவை, பாவாடை, அலங்காரச் சாதனங்களில் தெரிந்தது. 'இந்த அறைக்குள் நான் நுழைந்து நான்கு ஐந்து மாதங்கள் ஆகியிருக்கும். ஒரு நாள் நானும் அவளும் சிறு குழந்தைகள் போல் ஓடி விளையாட, அவள் என் புத்தகத்தைப் பறித்துக் கொண்டு உள்ளே வர, அவளைத் துரத்தி இந்த அறைக்கு வந்து, இதோ இங்கேதான் அவளை வீழ்த்தி... அப்பா என்ன அவசரப்பட்டோம், ஒருவரை ஒருவர் கடித்துச் சாப்பிட! அம்ருதா எங்கே போனாய்?

பதினொன்றரை ஆனதும், ராம்பிரகாஷ் தம் நம்பிக்கைகளில் தொண்ணூறு சதம் இழந்து, டெலிபோனை வெறித்துப் பார்த்து விட்டு 'யாருக்குப் போன் பண்ணுவது? கோபிதான், இல்லை வர்ஷாவுக்கா? இந்த நேரத்திலா? எழுப்புவார்களா? இல்லை அவசர போலீஸ் உதவிக்காகவா?'

'கோபி! ராம் ஹியர்.'

'ஹாய் ராம்! போன் பண்ண வேறு வேளை கிடைக்கவில்லையா? நல்ல தூக்கத்தைக் கெடுத்தாயே!'

'கோபி, ஐம் இன் ட்ரபிள்!'

'என்ன ராம்?'

'என் மனைவி...'

'வாட் இஸ் இட் ராம்?'

'என் மனைவி, என் மனைவியைத் தொ... தொ... தொலைத்து விட்டேன்.'

'என்னப்பா சொல்றே? மனைவி என்ன பொம்மையா, இல்லை பஸ் பாஸா, தொலைக்கிறதுக்கு!'

'பஸ்ல வர்றப்பப் பிரிஞ்சுட்டோம்!'

'வெய்ட் எ மினிட்! கார்லன்னா ரிசப்ஷனுக்கு வந்தாப்பல ஞாபகம்?'

'கார் நடு வழியில நின்றுபோச்சு. அங்கிருந்து பஸ் பிடிச்சு...'

'எங்கிருந்து?'

'கபன் பார்க் விதான செளதா கார்னர் இல்லை, அங்கிருந்து.'

'இரு, நோட் பண்ணிக்கறேன். எங்க சொன்ன?'

'இட்ஸ் நோ யூஸ் கோபி. நான் அந்த இடத்தைத் துப்புரவாத் தேடியாச்சு. வரலை!'

'எத்தனை மணி நேரமா?'

'மூணு நாலு மணி நேரம் இருக்கலாம்.'

'ராம், ஒரு காரியம் பண்ணு. லீவ் த போன் நௌ. நான் இன்னும் அஞ்சு நிமிஷத்துல போன் பண்றேன்.'

'எனன பண்றது கோபி? ஐம் வொரிட்!'

'கொஞ்ச நேரம் எதையும் நெனைக்காதே. கவலைப்படாதே. நான்... நான்... ஐ'ல் டேக் ஓவர். அங்கேயே போன்ல இரு.'

டெலிபோனை வைத்துவிட்டு அதையே வெறித்துப் பார்த்தார். திறந்திருந்த படுக்கை அறையைப் பார்த்தார். 'உனக்கா வயசாச்சு? இந்த ரூம்ல நடக்கிற அக்கிரமங்களைக் கேட்டா யாராவது அப்படிச் சொல்வாங்களா?'

'அம்ரு, ஆர் யூ ஹாப்பி?'

'ரொம்ப!'

'எத்தனை சந்தோஷம்னு காமி!'

'எப்படிக் காமிக்கிறது?'

'எத்தனை சந்தோஷமோ அத்தனை அழுத்தமா முத்தம் கொடுக்கணும்.'

'ம்ஹூம்.'

'ஏன்?'

'அத்தனை அழுத்தினா ரத்தம் வந்துரும்.'

கன்னத்தில் அறைவதுபோல போன் ஒலிக்க, திடுக்கிட்டு அதை எடுத்தார்.

'அலோ!'

'டாக்டர் ராம்பிரகாஷ்?'

'எஸ்.'

'நமஸ்காரம்! என்பேர் சோமசேகர், டிஸிபி க்ரைம்ஸ். ப்ரொபஸர் கோபிநாத் சொன்னார், உங்க மனைவியைக் காணம்னுட்டு. டாக்டர், உங்க வீடு சரியா எங்கே இருக்குன்னு... சொல்லுங்க. நான் வர்றேன். கோபியும் அங்க வர்றதாச் சொல்லியிருக்கிறார்.'

'இந்த வேளையில...'

'போலீஸ்காரர்களுக்கு வேளையெல்லாம் கிடையாது.'

'உங்களுக்குக் கோபியை...'

'என் டாட்டர் மூலமாத் தெரியும். என் டாட்டர் உங்க ஸ்டுடண்ட் கூட.'

சோமசேகரின் குரலில் ஒலித்த சாந்தமும், தன்னம்பிக்கையும், திடமும் டாக்டர் ராம்பிரகாஷுக்கு ஆதரவாக இருந்தன. போனை வைத்துவிட்டு, மெதுவாக ப்ரிஜ்ஜைத் திறந்து, குளிர்ந்த நீர் ஊற்றிக்கொண்டார். சன்னல் திரைகள் கோடைக் காற்றில் உற்சாகமாக அசைந்தன. அவ்வப்போது குப் குப் என்று உடலில் குளிர் தழுவியது. ராம்பிரகாஷுக்கு என்னவோ ஒருவிதத்தில் நம்பிக்கை வர, ப்ரிஜ்ஜில் அதது அதனதன் இடத்தில் பாலிதீன் உறைகளில் அடங்கியிருந்தது.

'பட்டாணியை எப்படி வெக்கணும், டீப் ப்ரீஸ்ல என்ன வைக்கணும், மோரை எங்க வெக்கணும், முட்டையை எங்க வெக்கணும், எல்லாத்துக்கும் ஒரு இடம் இருக்கில்லை?'

'எஸ் மாஸ்டர்! எஜமானரே!' - பாவனை!

'ஏன் அம்ரு, இப்படி இத்தனை டிஸ்ஆர்கனைஸ்டா இருக்கே?'

'நீங்க ரொம்ப ஆர்கனைஸ்டா இருக்கீங்களே. அதனால ஒரு வீட்டில ரெண்டு பேர் ஒழிச்சா பைத்தியம் புடிச்சுரும். நீங்க ஒழிக்க, ஒழிக்க, நான் குப்பை போட்டுக்கிட்டே வர்றேன் கண்ணா.'

'பாரு. கண்ணா, கண்ணாளான்னெல்லாம் கூப்டாதே. என்னவோ சினிமாத்தனமா இருக்குது.'

'நல்லது மாமோய்!'

'கண்ணாவே பரவாயில்லை!'

வாசலில் ஜீப் சீறுவது கேட்டது. உடனே கதவுப் பொத்தான் ஒலித்தது.

சோமசேகர் அத்தனை ராத்திரியிலும் சுத்தமான சீருடையில் இருந்தார். அடர்த்தியான புருவங்களின்கீழ் கண்களில் லேசான மகிழ்ச்சி எப்போதும் மை தடவினாற்போல இருக்க, ஒத்துழைப் பாகச் சிரித்த பற்கள், வரிசையாகப் பளிச்சென்று இருந்தன. நெற்றிக்குக் குறுக்கே ஒரு தழும்பு உறுத்தியது. சீக்கிர வழுக்கை.

'டாக்டர் ராம்பிரகாஷ்?'

'நான்தான்.'

'உங்களை இன்னும் கொஞ்சம் ஃபார்மலாச் சந்திச்சிருக்கலாம். சாரி, நீங்க கொஞ்சம் பரபரப்பில், கவலைல இருக்கிறப்ப சந்திக்கிறோம். பரவாயில்லை, காலைக்குள் எல்லாம் கிளியர் ஆயிரும்.'

'உக்காருங்க, வாட் வில் யூ ஹேவ்?'

'உங்க வீட்டில சர்வண்ட் இருக்கானா?'

'இல்லை.'

'அப்ப ஏதும் வேண்டாம். சொல்லுங்க, என்ன நடந்தது?'

'சாயங்காலம் ஒரு ரிசப்ஷன் போயிருந்தோம் சார்.'

'எங்கே!'

'வாசவி கல்யாண மண்டபம். பசவங்குடியில்! திரும்பறப்ப கார் டிரபிள் கொடுத்தது.' நடந்ததைச் சிக்கனமாக ராம்பிரகாஷ் விவரிக்க, குறுக்கிடாமல், முகத்தில் உணர்ச்சிகளில் மாறுதல் இல்லாமல் சோமசேகர் கவனித்தார்.

ராம்பிரகாஷை நிமிர்ந்து பார்த்து, 'டாக்டர், நான் ஒரு போலீஸ் காரன். என் கேள்விகள் முரட்டுத்தனமாக இருந்தால் நீங்கள்...'

'பரவாயில்லை, கேளுங்கள்...'

'உங்கள் மனைவிக்கு என்ன வயசு?'

'இருபத்தெட்டு.'

அலமாரியில் வைத்திருந்த போட்டோவைப் பார்த்து, 'அட்ராக்டிவ்' என்றார். 'டாக்டர், நீங்கள் உங்கள் மனைவியுடன் ஏதாவது சண்டை போட்டீங்களா, சமீபத்தில்?'

'இல்லை' என்றார் புன்னகையுடன்.

'ஏன் சிரிக்கிறீர்கள்?'

'நீங்கள் போலீஸ்காரர். நான் ஒரு சைக்காலஜிஸ்ட். உங்கள் சிந்தனை சம்பிரதாயச் சுவட்டில் போவதைக் கவனித்துச் சிரிப்பு வந்தது.'

'முதலில் சம்பிரதாயமான காரணங்களில்தான் ஆரம்பிக்கிறோம். அப்புறம்தான் அசாதாரணமான காரணங்கள்.'

'சம்பிரதாயக் காரணங்கள் எதுவும் இல்லை. அம்ருதா - அதுதான் அவள் பெயர் - அவளும் நானும், இருவரும் கொஞ்சம் வயசு வித்தியாசமிருப்பினும் ரொம்ப சந்தோஷமாகவே இருந்தோம்.'

'குழந்தைகள்?'

'ஒத்திப் போட்டிருக்கிறோம்.'

'டாக்டர், ஆர் யூ ரிச்?'

'என்னிடம் கொஞ்சம் பணம் இருக்கிறது.'

'சொல்லுங்கள், எப்படி பஸ் தவறியது?'

'கொஞ்சம் சாமர்த்தியம் போதாதவள்! பஸ்ஸில் ஏறிப் பழக்கம் இல்லை. அதனால் பஸ் தவறி விட்டது. அதற்கப்புறம்தான்... என்ன நிகழ்ந்திருக்கும்? ஏன் இத்தனை நேரம் வரவில்லை!'

சோமசேகர் தன் பென்சிலை எடுத்துச் சிறிய புத்தகத்தில் குறிப்பு எழுதிக்கொண்டு, அதை மீண்டும் பைக்குள் செருகிக் கொண்டார். 'கேன் ஐ யூஸ் தி போன்?' என்றார்.

நம்பரை அலட்சியமாகச் சுழற்றி, 'கண்ட்ரோல் ரூம்? டிஸிபி பேசுகிறேன். கொஞ்சம் ஹை கிரவுண்ட் போலீஸ் ஸ்டேஷன் கொடுப்பா!' என்றார். காத்திருந்துவிட்டு அவர் திரும்பவும் கன்னடத்தில் பேசினார். ராம்பிரகாஷுக்கு பாஷை தெரியா

விட்டாலும் பேசுவது புரிந்தது. 'கபன் பார்க் பக்கம் பட்ரோல் ஜீப்பை எடுத்துக்கிட்டுப் போய் ஒரு ரோந்து பார்த்துட்டு வந்துருங்க. நான் காத்திருக்கேன்' என்று டாக்டரின் நம்பர் கொடுக்க, அதற்குள் ராம்பிரகாஷ், சமையலறைக்குச் சென்று பாலைச் சுட வைத்து இரண்டு கப் மால்ட் போட்டுக் கரைத்துக் கொண்டு வந்தார்.

'எதுக்கு டாக்டர் ட்ரபிள்? இந்தப் புத்தகங்கள் எல்லாம்?'

'நான்தான் படிக்கிறது...'

'காலின் வில்சன்! டாக்டர், உங்களுக்கு அக்கல்ட்டில் கொஞ்சம் இஷ்டம் உண்டோ?'

'மனம் சம்பந்தப்பட்ட எல்லாத்திலயும் இண்ட்ரஸ்ட்டு.'

'உங்கள் மனைவி படிக்கிற புத்தகங்கள் இந்த அலமாரியில் இருக்கா?'

'இல்லை. எல்லாமே கிச்சன்லதான்.'

'என்ன மாதிரி புத்தகம் படிப்பாங்க?'

இதற்குள் வாசலில் கார் வந்து நிற்க, டாக்டர் பரபரப்பானார்.

'ஒருவேளை என் மனைவியா இருக்கலாம்...'

சோமசேகர் எட்டிப் பார்த்து, 'இல்லை, கோபிதான் வருகிறார்!' கோபிநாத் உள்ளே நுழைந்ததும், 'என்ன ராம், வந்தாச்சா?' என்றார்.

'இல்லை கோபி.'

'என்ன சோமசேகர்! என்ன மாதிரி போலீஸ்காரர் நீங்க! இன்னுமா கண்டுபிடிக்கலை? இது என்ன ஆர்லிக்ஸா?' என்று சுதந்தரமாக அதில் பாதியைத் தம்ளரில் ஊற்றிக் குடித்தார். 'ஏம்பா, பொண்டாட்டியைச் சரியாக வெச்சுக்கத் தெரியாம தொலைச் சுட்டியே? உனக்கு ப்ரமோஷன் வேறயா?'

'கோபி, இது ஜோக் பண்ற விஷயமுமில்லை, சமயமுமில்லை!'

'ஸாரி, டென்ஷனைக் குறைக்கலாம்னு என்னவோ சொல்லப் போயி... சோமசேகர்?'

'எதுவும் சொல்ல முடியலை சார். ஆனா ஐந்து மணி நேரமா அவங்களைக் காணலைன்னா கொஞ்சம் கவலைப்பட வேண்டிய விஷயமா இருக்கும். அந்த வட்டாரத்தில் தேடச் சொல்லியிருக்கேன். பட்ரோல் ஜீப் போயிருக்குது. ஏதாவதுன்னா ரேடியோ மூலமா போலீஸ் ஸ்டேஷனுக்குத் தகவல் தந்து, அவங்க நமக்கு உடனே தகவல் தந்துடுவாங்க.'

'என்ன ஆகியிருக்குங்கறீங்க? எப்படி திடுதிப்புன்னு? ராம், ஏதாவது அம்னிசியாவா இருக்குமா?'

'டோன்ட் பி சில்லி.'

'உறவுக்காரங்க வீட்டில் எல்லாம் கேட்டுப் பார்த்தியா?'

'பெங்களூர்ல யாரும் இல்லையே!'

'உன் சைடுல்?'

'ஒரு வேளை சினிமா கினிமா போயிருப்பாளோ?'

'கோபி! ஏதாவது பேசித்தான் ஆகணும்னு கட்டாயம் இல்லை!'

'ஹி இஸ் டென்ஸ்.'

அப்போது டெலிபோன் மணி அடிக்க, அதை உடனே எடுத்து, 'சோமசேகர்' என்றார்.

கொஞ்ச நேரம் கேட்டுக்கொண்டிருந்தார். 'இஸிட்! இஸிட்! ம்! ம்' என்றார். அவர் தாடை நரம்புகள் இறுகின. 'ஐம் கமிங்' போனை வைத்துவிட்டு யோசித்தார். ஒரு கணம் தயங்கினார்...

'டாகட்ர் ராம்பிரகாஷ், உங்க மனைவியைக் கபன் பார்க்கில...'

'கபன் பார்க்கில?'

'போலாம்' என்று ஜீப்புக்கு நேராக நடந்தார்.

4

ராம்பிரகாஷ் ஜீப்பில் செல்லும்போது, சோம சேகரை அந்தக் கேள்வி கேட்க விரும்பவில்லை. சோமசேகருக்கு முழு விவரமும் தெரியுமோ, இல்லையோ, இந்த வேளையில் எந்தமட்டில் செய்தியைத் தரலாம் என்பதைப் பற்றி அந்த போலீஸ் அதிகாரியே தீர்மானிக்கட்டும் என்று மௌனமாகவே வந்தார். கோபிதான் பரபரப்பாக இருந்தார்: 'சோமு, என்ன ஆச்சின்னு சொல்லிரு.'

'வாங்க பார்க்கலாம்.'

'கெட்ட செய்தியா?'

'அவசரப்படவேண்டாம்னு தோணுது' என்றார் ராம்பிரகாஷ்.

'அப்பா! எப்படித்தான் உன்னால இப்படித் திட மனசோட வர முடியுதோ, நானாயிருந்தா…'

'கோபி, கொஞ்ச நேரம் சும்மா வரியா…'

ஜீப்புக்குள் ரேடியோ குரல் கொடுத்தது. 'கண்ட்ரோல் க்ரைம்ஸ்!' - வெட்டப்பட்ட, உணர்ச்சியில்லாத குரல்.

சோமசேகர் மைக்கை எடுத்துக்கொண்டு 'கோ' என்றார்.

'கபன் பார்க் பப்ளிக் லைப்ரரி அருகில் மண்டபத் துக்கு வரவும்.'

ராம்பிரகாஷ் அதைக் கவனித்தாலும் அதைப் பற்றிச் சிந்திக்க மறுத்தார். அம்ருதாவை முதன்முதலில் அரக்கு கலர் புடைவையில் பார்த்தது ஞாபகம் வந்தது.

'பாடுவாங்களா?'

'பாட்டு பழக்கமில்லைங்க.'

'ரொம்ப நல்லதாப் போச்சு. நான்கூடப் பாட மாட்டேன். டான்ஸ் ஏதாவது?'

'ஸாரி, அதுகூட ஏதும் சொல்லித் தரலை.'

'பரவால்லைங்க.'

'உங்களுக்கு ஏமாற்றமா?'

'இல்லைங்க. இந்தச் சந்தர்ப்பத்தில் எனக்குக் கேக்கறதுக்குக் கேள்விகளே தோணலை. அதனால் கேட்டு வெக்கணுமேன்னு பாடத் தெரியுமா, ஆடத் தெரியுமான்னு கேட்டேன். எனக்குப் பாட்டு வேண்டாம், டான்ஸ் வேண்டாம். இதெல்லாம் கேக்கறது அற்பத்தனம். நான் என்ன பாட்டு பாடுவேன்? எனக்கு என்ன பிரத்தியேகமா டாலண்ட்டு இருக்குது? கேக்க அருகதையே இல்லைங்க!'

முதன்முதலாக அம்ரு, தலை குனிந்துகொண்டிருந்தவள், நிமிர்ந்து பார்த்தாள் அவரை.

'இப்படி ஏதாவது குயுக்தியாச் சொன்னாத்தான் உங்க பொண்ணு தலை நிமிர்வாங்க போல!'

மறுபடி தலை குனிந்த நிழலில் ஒரு சிரிப்பு.

விதான சௌதாவின் பிரும்மாண்டமான கல் கட்டடம் மௌனமாக இருந்தது. இப்போது சாலையில் போக்குவரத்தும் செத்திருந்தது. மாருதி வேனில் இளைஞர்கள் இரைச்சலாகக் கடந்து சென்றபோது அவர்கள் விட்டுச் சென்ற பாட்டு சாலையில் படர்ந்தது. அட்டர கச்சேரி என்னும் செங்கல் வண்ணக் கட்டடத்துக்கு இடப் பக்கத்தில் கபன் பார்க்கில் ஜீப் நுழைந்தபோது, டாக்டரின் இதயம் பதறத் தொடங்கியது.

'கோபி! கோபி! நான் என்ன பார்க்கப் போறேன்!'

'ராம், பதறாதே, ஒண்ணும் ஆகியிருக்காது.'

நூலகக் கட்டடத்தின் விளிம்பு, வானத்தில் பாதியை மறைக்க, அதன் முன்பக்கத்து ரோஜாத் தோட்டத்தில் ராத்திரி ரோஜாக்கள் காற்றில் ஆடிக்கொண்டிருக்க, வலதுபுறம் கல் மண்டபத்தின் எதிரே மற்றொரு போலீஸ் ஜீப் நின்றுகொண்டிருந்தது. சோமசேகர் குதித்து இறங்கி, புல்வெளியில் வேகமாக அந்த இலக்கை நோக்கிச் சென்றார். ராம்பிரகாஷ் கோபியின் கையைப் பிடித்து அழுத்தினார்.

'கோபி, நான் வரலை. நான் பார்க்கலை!'

'பார்க்காதே, பார்க்கவேண்டாம். கொஞ்சம் நேரம்... கொஞ்ச நேரம்...' என்று சொன்ன கோபி என்ன என்னவோ சொல்ல, அவர் கையும் நடுங்குவதை ராம் கவனித்தார்.

டார்ச் வெளிச்சம் அந்த உருவத்தின் மேல் உலவ, அவள் கண்ணை முழங்கையால் மறைத்துக்கொண்டாள்.

அம்ரு!

ராம்பிரகாஷ் இயந்திரம்போல அந்த இடத்தை அணுகினார். தரையில் மண்ணில் அம்ரு கையை ஊன்றிக்கொண்டு உட்கார்ந்திருந்தாள்.

அம்ரு! அம்ருதா!

'மிஸஸ் ராம்பிரகாஷ், நாங்க எல்லாம் வந்துட்டம், வந்துட்டம்.'

'எழுந்திருங்க சார், இவங்கதானே உங்க மனைவி?'

ராம்பிரகாஷ் அவள் அருகில் சென்று அவளை ஏந்திக்கொண்டு எழுப்பினார். அவள் அவரை அன்னியரைப்போலப் பார்த்தாள். கன்னத்தில் ரத்தமா குங்குமமா? தெரியவில்லை. உதடு நிச்சயமாக வீங்கியிருந்தது. மார்பில் போர்த்தியிருந்த கருநீலப் புடைவை நழுவ, அவள் உள்ளாடைகள் கிழிந்திருந்தன. உதட்டோரத்திலும் கழுத்திலும் காயங்கள் இன்னமும் கசிந்து கொண்டிருந்தன.

'அம்ரு! என் அம்ரும்மா! என்ன ஆச்சு! யாரு வந்து...'

அவள் எல்லோரையும் மிரண்டு பார்த்தாள். ஏதும் பேசவில்லை. 'தண்ணி' என்றாள்.

'அம்ரு, இத பாரும்மா! நான் வந்துட்டனில்லை. நான்தான் அம்ரு, நான்தான்... இதப் பாரு.'

'தண்ணி' என்றாள்.

மற்ற ஜீப்பிலிருந்து காப்பி கொண்டுவந்தார்கள்.

'இதைக் கொடுங்க' என்றார் போலீஸ் அதிகாரி.

ராம்பிரகாஷ் அவள் அருகே குனிந்தபோது, அவள் தலை மயிரில் பீடி வாசனை அடித்தது. 'அம்ரு, நத்திங் டு வொர்ரி. நான் வந்துட்டனில்லை?'

'...'

'அம்ரு, அம்ரு, அம்ருதா.'

காப்பியை வாயில் ஊற்றினால் அது வழிந்தது. 'செருப்பு, செருப்பு, என் செருப்பைக் காணோம்.'

'தேடலாம்மா. இல்லை வேற செருப்பு வாங்கிடலாம்மா.'

'நிறைய விலை!'

சோமசேகரை ராம்பிரகாஷ் பார்க்க, 'அதிகம் பேசாதீங்க. கொஞ்சம் பிரமையில் இருப்பாங்க. கிவ் ஹர் டைம். எழுந் திருங்க. யூ நீட் ஹெல்ப்!' என்றார் சோமசேகர்.

ராம்பிரகாஷ், 'வேணாங்க, நானே தூக்கறேன்' என்று கூறி, அம்ருதாவை எடுத்து ஜீப்பில் வைத்தபோதுகூட, 'செருப்பு செருப்பு' என்றாள்.

'செருப்பு கெடைச்சுரும்மா அம்ரு!'

திரும்ப ஜீப்பில் செல்லும்போது, ஒரு முறை 'என்ன ஆச்சு?' என்று மென்மையாகக் கேட்டதற்கு, 'ஆச்சு, செருப்பு தொலைச் சாச்சு' என்றாள். அவளை இறுக அணைத்துக் கொண்டு, மார்பில் தடவிக்கொடுத்தார்.

'எல்லாம் சரியாப் போச்சு. புதுச் செருப்பு வாங்கிரலாம். சார், இப்ப எங்க போறோம்?'

'முதல்ல விக்டோரியா போயிரலாம். மெடிக்கல் அட்டென்ஷன் தேவைப்படுது முதல்ல...'

இருள் வரும் நேரம் ✸ 33

‘என்ன சார் இது அக்கிரமம். ஜனங்க பஸ் பிடிச்சு ஏறக்கூடப் பத்திரமில்லாம என்ன சார் ஊரு, என்ன போலீஸ், என்ன அரசாங்கம்!’

கோபி மௌனமாகவே வந்தார். ‘டாக்டர் ராம்பிரகாஷ், முதல்ல இவங்களுடைய உடல் காயங்களைக் கவனிக்கலாம்.’

‘தூங்கறாங்களா?’

‘மயக்கம்னு நெனைக்கிறேன்.’

‘இந்தப் பொய்த் தூக்கம்தானே வேணாங்கறது.’

‘நிசமாவே தூங்கறானாக்கும். ‘கர்ர்ர்’ குறட்டை கேட்டிங்கல்ல?’

‘எதுக்காக இப்படிப் போட்டு இம்சை பண்ணர அம்ரு; வந்துரு... வந்துரு.’

‘டேஞ்சர்!’

‘எல்லாம் போனாப் போறது. இப்பத்தான் எத்தனையோ வசதிங்கள்ளாம் இருக்குமே.’

‘டேஞ்சர் மாமா! கிட்ட வராதே மாமா. உங்க கண்ணைப் பார்த்தா இப்பவே காமாக்கினி ஜொலிக்குது... உக்கிரம் தெரியுது. வரலைப்பா வம்புப்பா!’

‘மை காட்! வாட் ஹாப்பன்ட்? சிஸ்டர் நிர்மலா! இங்க வாங்க! இவங்களை நேரா டாக்டர் ரத்னம் வார்டுக்குக் கூட்டிப் போங்க. சார், இது போலீஸ் கேஸா?’

‘ஆமாம்மா.’

‘ஏயப்பா அந்த ரெஜிஸ்தரை எடுப்பா. போலீஸ் அதிகாரிங்க வந்திருக்காங்கல்ல.’ ஸ்ட்ரெச்சருடன் அவசர அவசரமாக வார்டுவரை தொடர்ந்தார். கோபி அவர் கையைப் பிடித்து அழுத்திக்கொண்டு வர, ‘ஏன் கோபி!’ என்றார்.

திரையைப் போட்டு மறைத்து, ‘நீங்கள்ளாம் கொஞ்சம் வெளியே இருக்கீங்களா?’

‘சிஸ்டர், இவருதான் அந்தப் பொண்ணுடைய அஸ்பண்டு!’

‘அடிச்சிட்டிங்களா!’

'இல்லை!'

அவள் பதிலுக்குக் காத்திராமல், 'மொத்து மொத்துன்னு மொத்த வேண்டியது. அப்புறம் வந்து ஆஸ்பத்திரியில் கரைய வேண்டியது. ஒத்திப் போய்யா. அங்க பெஞ்சில இருங்க.'

டாக்டர் ரத்னம், பெண் டாக்டர். கறுப்பாக, குண்டாக நகை ஏதும் இல்லாமல், மெத்து மெத்தென்ற கைகளை அலம்பிக்கொண்டே வந்தாள்.

'புரொபசர் ராம்பிரகாஷ்ங்கறது?'

'நான்தான் டாக்டர்?'

'வாங்க. டிஸிபி வந்திருக்காரில்லை? அவரும் வரட்டும்.'

வார்டின் ஓரத்து அறையில் நெருக்கமாக மேசை போட்டு, கையலம்ப பீங்கானும் ரத்தம் ரத்தமாக பாட்டில்களும் நீலக் காகித்தில் சுருட்டிவைக்கப்பட்ட பஞ்சும் அலமாரிக்குள் கண்ணாடித் தகட்டில் ஆயுதங்களும்...

'எப்படி இருக்காங்க டாக்டர்?' என்றார் சோமசேகர்.

'ஷி இஸ் ஸ்லீப்பிங்.'

'உடம்பு கண்டிஷன்?'

'மோசம்! பல இடங்கள்ள காயம்.'

'என்ன மாதிரி காயம்?'

'நகம் கீறினது, அடிச்சது, கடிச்சது!'

'பலாத்காரம் ஆகியிருக்குதா?'

'ஆமாம். என்ன சார் ஆச்சு?'

'பஸ் மிஸ் பண்ணியிருக்காங்க, தனியா...'

'எங்க நடந்தது இது?'

'கபன் பார்க்கில்.'

'மை காட்! பங்களூரில எந்த இடமும் பத்திரமில்லையா? என்ன சார் இது?'

'என்னால் எதுவும் சொல்றதுக்கில்லை டாக்டர். ஒரு ஆளா அல்லது?'

'இரண்டு பேராவது இருக்கணும். பேஷண்ட் உடல்வாகு ஸ்ட்ராங்கா இருக்குது. ரெண்டு பேராவது தேவைப்பட்டிருக்கும்.'

ராம்பிரகாஷ் அப்படியே தரையில் உட்கார்ந்தார்.

'கண்ட்ரோல் யுவர்செல்ப், ப்ரொபஸர்!'

'ஏன்? ஏன்? கோபி, என்ன பாவம் செய்தா அவ?'

'ராம், அதெல்லாம் அப்புறம் பேசலாம்.'

'டாக்டர் நான் அவளைப் பார்க்கலாமா?'

'பாருங்க.'

எழுந்து சக்கரவர்த்தியைக் கடந்து உயரமான படுக்கையில் படுத்திருந்த அம்ருவைப் பார்த்தார். கண்கள் மூடியிருந்தன. காயம் பட்ட இடத்தில் எல்லாம் மருந்து போட்டு பஞ்சு வைத்திருந்தது.

'அம்ரு!' லேசாகக் கூப்பிட்டார்.

'தூங்கறாங்க. ட்ராங்க்விலைஸர் கொடுத்திருக்கோம்.'

'வலிக்குதா அம்ரு? அம்ரு... அம்ரு... நான் உன்னைக் காப்பாத்தலை. அம்ரு... நான் உன்னைத் தனியா விட்டுட்டுப் போய்ட்டேன் அம்ரு! என்னை மன்னிப்பியா!' உடல் குளிரில் போலக் குலுங்க...

'ராம், என்ன இது?'

இரண்டு கைகளையும் கோத்துக்கொண்டு தம் நெற்றியின் மேல் மோதி அடித்துக்கொண்டார்.

'ராம்! ராம்! என்ன இது, நீ என்ன சிறு பிள்ளையா?'

சோமசேகர் அருகில் வந்து, 'ப்ரொபஸர், நான் புறப்பட வேண்டியிருக்கிறது. இன்ஸ்பெக்டர் தர்மராஜை விட்டுவிட்டுப் போகிறேன். நாளைக் காலை உங்களை வீட்டில் வந்து சந்திக்கிறேன்...'

கோபி, 'சோமு, என்ன இப்படி விட்டுட்டுப் போறியே?' என்றார்.

'இன்னொரு கால் வந்திருக்கு கோபி; பாதியில் விடலை நான். இந்தக் குற்றத்தைச் செஞ்சவனை அல்லது செஞ்சவங்களை ப்ரொபஸர் முன்னால் கொண்டுவந்து நிறுத்துவோம். கவலைப் படாதீங்க சார். ஐம் வெரி ஸாரி. போலீஸ் தரப்பில் என்ன சொன்னாலும் நீங்க சமாதானம் ஆகப் போறதில்லை. இந்த இழப்பு, இந்தச் சேதம் உங்களுக்கு ரொம்பப் பெரிசு. இது அநியாயம், அனாவசியம், தவிர்க்கக் கூடியது, தவிர்க்க வேண்டியது! நான் வரேன்.'

கோபி அவருடன் வந்தார். 'சோமசேகர் என்ன ஆச்சு? தெளிவாச் சொல்ல முடியுமா.'

'தெளிவாத் தெரியக் கூடியது ஒன்றே ஒன்றுதான். ரேப்! யாரு... எத்தனை பேரு இதெல்லாம்...'

'எப்பத் தெரியும்?'

'நாளைக்கு அம்ருதாவை விசாரிச்சுத்தான் தெரிஞ்சுக்கணும்.'

'J

5

‘இப்ப டிஸ்டர்ப் பண்ணாதீங்க, காயத்துக் கெல்லாம் மருந்து போட்டிருக்குது. அப்புறம் துக்கத்துக்கு ட்ராங்க்விலைஸர் கொடுத்திருக்கேன். அழைச்சுட்டுப் போங்க. ராத்திரி ஏதும் கேக்காதீங்க. விசாரிப்பெல்லாம் அப்புறம் ஒரு வாரம் கழிச்சு வெச்சுக்கங்க. என்ன டிஸிபி சார்? பொம்பளைங் களை ரட்சிக்காம என்னங்க போலீஸ் நீங்க!’

‘கில்ட்டி டாக்டர்! நான் என்ன சொன்னாலும் இந்த வேளையிலே யாரும் சமாதானமாகப் போறதில்லை!’

‘புவர் டாக்டர் ராம்பிரகாஷ்!’

ராம்பிரகாஷ் அவர்கள் சொல்வது ஏதும் காதில் விழாதவராகக் கைத் தாங்கலாக அம்ருவை அழைத்துச் சென்று, போலீஸ் காரில் முன் சீட்டில் உட்கார்வதற்கு உதவி செய்து, அவள் அருகே நெருக்கமாக உட்கார்ந்தார். அவள் மறுபடி ‘செருப்பு’ என்றாள்.

‘செருப்பை அப்புறம் தேடிக்கலாம், அம்ரு.’

‘பார்க்கிலே விழுந்திருச்சு’ என்றாள்.

கோபியும் ராம்பிரகாஷும் பார்த்துக் கொள்ள, டிஸிபி சோமசேகரே வண்டி ஓட்டினார். ‘வில் கெட் தெம் டாக்டர்.’

''தெம்'னா ரெண்டு, மூணு பேரா?'

'ஆமாம், ஒரு ஆளால இந்தக் காரியம் நடத்த முடியாது!'

'ரெண்டு பேரு!' என்றாள் அம்ரு.

'என்ன சொல்றே அம்ரு?' என்றார் திடுக்கிட்டு.

'இரண்டு பேர் இருந்தாங்க. ஒருத்தன்தான் இழுத்துட்டுப் போனான். செருப்பு அப்பத்தான் விழுந்திருக்கணும்.'

காரில் மௌனம் நிலவியது. அம்ரு தன்னிச்சையாகத் தொடர்ந்து, 'பஸ்ல நீங்க பாட்டுக்குப் போயிட்டீங்க. பேந்தா மாதிரி முழிச்சிக்கிட்டு நிக்கறேனா! சட்டுன்னு பக்கத்துல வந்து ஆட்டோ நிக்கறது. 'அம்மா, ஏறுங்கம்மா அவர் போயிட்டாரு, பஸ்ல அடுத்த ஸ்டாப்பில் புடிச்சுரலாம்.''

'தமிழ் பேசினாங்களா?' என்றார் சோமசேகர்.

'தமிழ்தான். ரெண்டு பேரும் டிரைவர் சீட்ல உட்கார்ந்துக்கிட்டு இருந்தது, கொஞ்ச தூரம் போனப்புறம்தான் தெரிஞ்சுது.'

'மிஸஸ் ராம்பிரகாஷ்! எல்லாம் காலையில பார்த்துக்கலாம்! ஒர்ரி பண்ணாதீங்க. நீங்க ரொம்ப டயர்டா இருக்கீங்க...'

'இப்பவே சொல்லிடறேன், மறந்து போயிடும். ரெண்டு பேர் இருந்தாங்க. விதான சௌதா தாண்டினதும் சட்டுன்னு ஆட்டோவைத் திருப்பினாங்க. 'என்னப்பா திடீர்னு திருப்பறே? அப்புறம் எக்ஸ்ட்ரா சார்ஜ் கொடுக்கமாட்டேன்'னு பைத்தியம் மாதிரி சொல்றேன். 'குறுக்கு வழியாப் போய் பஸ்ஸைப் பிடிச்சுரலாம்'னு இருட்டிலிருந்து சொல்றான். சட்டையைக் கழற்றி ஓரத்தில் மாட்டினான். அப்புறம் லைப்ரரி தெரிஞ்சது. இந்தப் பக்கம் செஞ்சுரி கிளப்பு இருக்குமே. அந்தப் பக்கம் இல்லை... இந்தப் பக்கம் சிமெண்டில் பெஞ்சு போட்டிருக்கும். அங்கே ப்ளாட்பாரத்தைத் தாண்டி எறங்கறான்... ஆட்டோ தத்தித் தத்திப் போறது.'

அம்ரு நிறுத்த, டாக்டர் ராம்பிரகாஷ் பதற்றப்பட்டு, 'அம்ரு, சொல்ல வேண்டாம். இப்ப வேண்டாம்!' என்றார்.

'மறந்து போயிடும், மறந்து போயிடும்!' என்றாள். அவர் கையை இறுக்கமாகப் பிடித்தாள். விரல்கள் சில்லென்றிருந்தன. பறவைக் குஞ்சின் இதயம்போல அவள் கை துடித்தது.

‘சொல்லிடறேன், மறந்து போயிடும்! ஒருத்தன் ஆட்டோவை விட்டு எறங்கலை. பீடியோ, சிகரெட்டோ பத்த வெச்சுக்கிட்டு, ‘நீ மொதல்ல போ. நான் யாராவது வராங்களான்னு பார்க்கறேன்’னான். இவன் என்னைத் தரதரன்னு இழுத்துகிட்டுப் போனான். ‘சத்தம் போட்டா, கத்தி வெச்சிருக்கேன். சீவிடுவேன்’னான். கத்தியைக் காட்டினான். ஒரு சமயத்தில் பளபளன்னு இருந்தது. பயமா இருந்தாலும் ஊ ஊன்னு சத்தம் போட்டேன். ‘யாராவது வாங்க’ன்னு கத்திப் பார்த்தேன். கன்னத்தில் அடிச்சுட்டான். மண்டபத்துக்குக் கொண்டுபோய் கல்லில் உட்கார வெச்சு, முழங்காலை, மார்ல கொடுத்து மடக்கிக் கைக் கட்டை விரலால கழுத்து நட்ட நடுவில் வெச்சு அழுத்தி, முழி பிதுங்கற மாதிரி பண்றான். நான் அவனைக் கடிச்சேன். பட்டுன்னு பொட்டு உதர்றமாதிரி அடிச்சான். அவனைக் கூப்பிட்டான்.’

‘அம்ரு! ப்ளீஸ். அப்புறம் சொல்லும்மா. வேண்டாம்மா. சொல்ல வேண்டாம். ப்ளீஸ்!’ என்றார் டாக்டர் ராம்பிரகாஷ் அழாக் குறையாக. ‘காண்ட் ஸ்டாண்ட் இட் அம்ரு, ப்ளீஸ்...’

‘மிஸஸ் ராம்பிரகாஷ், அவங்க ஏதாவது பேர் சொல்லிக் கூப்பிட்டுக்கிட்டாங்களா?’

‘‘குரு, குரு’ன்னான்.’

‘முகத்தைப் பார்த்தீங்களா... இல்லை குரல் கேட்டதா?’

‘முகத்தைப் பார்க்கலை. குரல் சின்னப் பையன்னு தோணிச்சு!’

‘எத்தனை வயசு இருக்கலாம்னு தோணிச்சு?’

‘இருபது.’

‘ரெண்டு பேருக்குமா?’

‘மற்றவன் வர்றதுக்குள்ளே கார் வெளிச்சம் பளிச்சுன்னு தெரிஞ்சப்ப பயந்துண்டு அவசர அவசரமா என் புடைவையெல்லாம்...’

‘டோண்ட் அம்ரு, வேண்டாம். அப்புறம் சொல்லலாம். சார்... சோமசேகர், என்ன இது அநியாயம்? அவளை விட்டுருங்க சார். அப்புறம் கேக்கலாம்!’

'ஸாரி! அவங்கதான் தகவல் சொல்லிக்கிட்டு இருக்காங்க.'

'நீங்க ஏன் என்னை விட்டுட்டுப் போயிட்டீங்க, ஏன்?' என்றாள் ஆர்வத்துடன்.

அம்ரு இப்போது அவரைக் கன்னத்தை நிமிர்த்திக் கிட்டத்தில் உற்றுப் பார்த்தாள். கோரமாக அழுதாள். சப்தமில்லாமல் கொஞ்ச நேரம், அப்புறம் சப்தத்தோடு. அப்புறம் அடித் தொண்டையில் ஒரு மாதிரி பிளிறுவது போலப் பெரிசாக...

'அம்ரு, அம்ரு, காம் யுவர்செல்ஃப் அம்ரு!'

அவர் மார்பில் குத்தினாள். தன் நெஞ்சுக்குள் இருக்கும் மகா பெரிய துக்கச் சுமையை எப்படியாவது வீட்டுக்குப் போவதற்குள் வெளியே கொண்டுவந்து விடவேண்டும் என்கிற வைராக்கியம் போல அழுதாள்.

ராத்திரி மூன்று மணிவரை அவள் அருகிலேயே அவர் வீற்றிருந் தார். கோபியும் சோமசேகரும் அவர்களை வீட்டில் விட்டு விட்டுப் புறப்படுகையில், 'புரொபஸர், கவலைப்படாதீங்க. காரை நாங்க கவனிச்சுக்கறோம். டோ பண்ண ஏற்பாடு செய்திட றோம். நீங்க எப்ப இவங்க உடல்நிலை சுமாராகி, கேள்விகளுக் குப் பதில் சொல்லக்கூடிய நிலையில் இருக்காங்களோ, அப்ப எனக்குச் சொல்லி அனுப்புங்க. அதுக்குள்ள நாங்களும் விசா ரணையைத் தொடர்ந்து செய்கிறோம்... ஐயம் வெரி ஸாரி.'

கோபி ராம்பிரகாஷின் கைகளைப் பற்றி, 'ராம், தைரியமா இரு' என்றார். 'எனக்கு ரொம்ப ரொம்ப வருத்தமா இருக்குதுப்பா. கல்யாண ரிசப்ஷனின்போது, வாய் தவறி ஒரு வார்த்தை சொல்லிட்டேன். ஞாபகம் இருக்குதா?'

'இருக்குது' என்றார் ராம்பிரகாஷ்.

'வெல். ஐயம் எக்ஸ்ட்ரீம்லி ஸாரி. ராம், நான் ஒரு மடையன். உன் மனைவியை முதல்ல அத்தனை அழகாப் பார்த்த பிரமிப்பில் வந்த காட்டுத்தனமான வாக்கியம் அது. அதுக்காக அவமானப் படறேன்.'

'பரவாயில்லை. அது ஒண்ணும் எனக்கு இப்பப் பெரிய விஷயமாப் படலை.'

'ராம், சோமசேகர் பற்றித் தெரியாது உனக்கு. ரொம்பப் புத்தி சாலியான போலீஸ் ஆபீசர். அவர் நிச்சயம் குற்றவாளிகளைக் கண்டுபிடிச்சு, உன் முன்னால நிறுத்தத்தான் போறார்!'

'ஸோ வாட்! அதனால இவளுக்கு ஏற்பட்ட குரூரமான அனுபவம் எந்த விதத்தில் குறையப்போறது கோபி?'

'இல்லை ராம், இதைப் பத்திக் காலைல பேசலாம். குட் நைட்!'

விளக்கை அணைப்பதற்குமுன், படுக்கையில் மருந்தின் உதவி யால் அயர்ந்து தூங்கிக்கொண்டிக்கும் மனைவியைப் பார்த்தார். 'அம்ரு' என்று சன்னமாக அழைத்தார். நைட் பல்பைப் பொருத்தி விட்டு, ஒரு தம்ளர் தண்ணீர் அருந்திவிட்டுக் கைக் கடிகாரத்தைப் பார்த்தார். மூன்றரை.

சன்னல் வழியாக வெளியே பார்த்துக்கொண்டே, கிட்டே நாற்காலியை நகர்த்திக்கொண்டு உட்கார்ந்தார். அவள் கையைத் தன் இரண்டு கைகளின் இடையிலும் பத்திரப்படுத்தித் தடவிக் கொடுத்தார். கன்னத்தைத் தொட்டார்.

அவள் திடுக்கிட்டு எழுந்தாள். அந்த அரை வெளிச்சத்தில் என்ன தோன்றியதோ, 'வேண்டாம், வேண்டாம், தொடாதே! தொடாதே! வேண்டாம், தொடாதே!' என்று அவர் கையை உதறித் தள்ளி, விருட்டென்று எழுந்து அறையின் மூலையில் போய் தரையில் குந்தி உட்கார்ந்துகொண்டு, தன்னை நத்தை போலச் சுருட்டிக்கொண்டாள். 'வேண்டாம், வேண்டாம்' என்று அவள் குரல் நடுங்க...

'அம்ரு, பயப்படாதே, நானு, நானு, உன் புருஷன்!'

'என் புருஷன் என்னை விட்டுட்டான். என்னை விட்டுட்டுப் பஸ் ஏறிப் போயிட்டான். வேண்டாம், என்னை எதுவும் செய்யாதே! வேண்டாம், வேண்டாம், வேண்டாம்!'

'அம்ரு, அம்ரு' என்று அவளைக் குலுக்கி, விளக்கைப் போட்டார். அவள் போட்ட அலறலில் எதிர் வீட்டு விளக்கு உயிர் பெற்றது. சன்னல் கதவு திறந்து 'ஸம்திங் ராங் ப்ரொபஸர்?' என்று கேள்வி கேட்டது.

'ஓ, நத்திங்! உடம்பு சரியில்லை!'

'ஏதாவது ஹெல்ப் வேணுமா?'

‘வேண்டாம் ப்ளீஸ்.’

‘ராத்திரி போலீஸ் வந்தாப்பல இருக்கே?’

‘காலையில் சொல்றேன் ப்ளீஸ். நீங்க தூங்கப் போங்க. அம்ரு பாரும்மா, நான்தான் ராம்பிரகாஷ். ராம்பிரகாஷ், ராம்! ப்ரொபஸர்!’

அவள் தலையைத் தடவிக்கொடுக்க முற்பட்ட கையைப் பிடுங்கி, அதை வலிக்குமாறு வளைத்தாள். ‘தொடாதே. தொடாதே’ என்று அலறினாள். ‘அய்யோ இல்லேம்மா! இல்லேம்மா!’ என்று கையை விடுவித்துக்கொண்டார்.

அம்ரு மறுபடி தன்னைச் சுருட்டிக்கொண்டு தரையில் படுத்தாள். ராம்பிரகாஷ் செய்வதறியாமல் திகைத்தார். சற்று நேரத்துக்குப் பின் போன் புத்தகத்தை எடுத்து, டாக்டர் பத்மினிராஜின் நம்பரைப் பார்த்துச் சுழற்றினார். பலமுறை அடித்தபின் ஒரு தூக்கக் குரலில் ‘ஹலோ’ என்றது, அலுப்புடன்.

‘டாக்டர் பத்மினி இருக்காங்களா?’

‘தூங்கறாங்க, நீங்க யாரு?’

‘ராம்பிரகாஷ்னு சொல்லுங்க!’

‘அவங்களை இப்ப எழுப்ப முடியாதுங்க. ராத்திரி பேஷண்டைப் பார்த்துட்டு இப்பத்தான் பத்து நிமிஷம் முன்னாடி படுத்தாங்க. எழுந்ததும் உங்க பேர் சொல்றேன், மெஸேஜ் கொடுக்கறேன்...’

இப்போதுகூட அம்ரு லேசாக ‘வேண்டாம், தொடாதே’ என்று முணுமுணுத்துக்கொண்டிருந்தாள்.

சற்று நேரத்துக்குப்பின் முழுவதும் தூங்கிப் போனபின்னும் அவளை நகர்த்தப் பயப்பட்டார். அந்த இடத்திலேயே மின் விசிறியை அமைத்துப் போர்த்திவிட்டு, சூரியன் வரக் காத்திருந்தார்.

எப்போது தூங்கிப் போயிருப்பாரோ, தெரியவில்லை. டெலிபோன் மணி அடித்து எழுந்தார். எத்தனை மணி? என்ன இடம்? எதுவும் தெரியாமல், ‘டாக்டர் ராம்பிரகாஷ்?’

‘ஸ்பீக்கிங்!’

'நான் வர்ஷா பேசறேன்.'

'எஸ் வர்ஷா?'

'கோபி இப்பத்தான் சொன்னார். டாக்டர், ஐயம் வெரி வெரி ஸாரி. உங்க மனநிலை எப்படி இருக்கும்னு என்னால நினைத்துக் கூடப் பார்க்க முடியலை. இந்த மாதிரி சமயத்தில் நீங்க தனியாக இருக்கக்கூடாது. உங்களுக்கு ஆறுதல் சொல்ல யாராவது பக்கத்தில் இருந்தாகணும். டாக்டர், நான் உங்க வீட்டுக்கு வரலாமா?'

'வர்ஷா, வேண்டாம், ஐயம் நாட் இன் எ மூட்!'

'நான் நிச்சயம் வர்றேன் டாக்டர்.'

'வர்ஷா, ப்ளீஸ்! வேண்டாம், ஐ கேன் மேனேஜ்!'

போனை வைத்துவிட்டாள். டாக்டர் பெருமூச்சு விட்டார். திரும்பிப் பார்த்தபோது அம்ருவின் உதடுகள் லேசாக முணுமுணுத்துக் கொண்டிருந்தன.

அருகில் போய் அவள் மேல் படாமல் குனிந்து அவள் சொல்வதைக் கேட்டார்.

'ஏஸிடி, ஏஸிடி!' என்றாள்.

6

டாக்டர் ராம்பிரகாஷ் அவள் முணுமுணுத்த அந்த வினோத வார்த்தையை ஒரு காகித்ததில் குறித்துக் கொண்டார். ஏஸிடி! பல் தேய்த்துச் சமையல் அறைக்குப்போய் காப்பி போட்டார்.

'அய்யோ, நீங்க காப்பி போட்டுத்தான் ஆகணுமா?'

'ஏன் அம்ரு? உதவி செய்யக் கூடாதா?'

'செய்யக்கூடாதுன்னு இல்லை. காப்பி போடறேன் பேர்வழின்னு பாலைப் பொங்க வைப்பீங்க. ஒண்ணு நீர்க்கப் போடுவீங்க. இல்லை ஒரு மணிக்கு ஒரு சொட்டுங்கறாப்பல பொடியைப் போட்டுத் திணிப்பீங்க. காப்பி போடறதிலேயும் ஒரு ஆர்ட் இருக்கு. அதுக்குத்தான் நான் இருக் கேனே. நீங்க உங்க வேலையைக் கவனிங்க போதும்!'

'என் வேலை என்ன?'

'சம்பாதிக்கிறது. தினம் ராத்திரி தொந்தரவு பண்றது!'

காப்பி இன்று சரியாக வந்திருந்தது. தூங்கிக் கொண்டிருந்த அம்ருவை எழுப்பலாம் என்று யோசித்தபோது வாசல் அழைப்பு மணி ஒலித்தது. கதவைத் திறந்து பார்த்ததில், வர்ஷாவும் பாலாவும் நின்று கொண்டிருந்தார்கள்.

'குட் மார்னிங்' என்றாள் வர்ஷா.

காவி வண்ணத்தில் சல்வார் கமீஸ் அணிந்து, அதன்மேல் கிளிப் பச்சையில் போர்த்தியிருந்தாள். இந்த வேளையிலும், இவள் ஆடையின் நிறத்தையும் துல்லியத்தையும் கவனிக்கிறோமே என்று தமக்குள் குற்ற உணர்வுடன் யோசித்து, 'வா, வர்ஷா' என்றார். 'உட்காரு!'

பாலா நேராக அவரிடம் வந்து, 'என் அனுதாபத்தைத் தெரிவிக்க வார்த்தையே இல்லை. அவங்க எப்படி இருக்காங்க?' என்றான்.

'தூங்கறா.'

'ஐ சப்போஸ், ஷி இஸ் நாட் ஹர்ட் மச்?'

'ஷி இஸ்! உடம்பில, மனத்தில ரெண்டிலயும் பலத்த காயங்கள்!'

'ஸாரி' என்றாள் வர்ஷா. அவள் கண்களில் கண்ணீர் வரம் பிட்டது.

'அவங்களைக் கண்டுபிடிச்சு, அப்படியே சொட்டுச் சொட்டா ரத்தம் வர்றமாதிரி அங்கம் அங்கமா வெட்டிப் போடணும் முதல்ல!' என்றாள்.

'உக்காருங்க.'

'எப்படி ஆச்சு ப்ரொபஸர்?'

'வர்ஷா அதைப் பத்தி விவரமாப் பேசற மன நிலையில இல்லை நான். உங்களுடைய விசிட்டே இப்ப எனக்கு ஒரு மாதிரி உறுத்தல்தான். ஸாரி, நான் தனியா இருக்க விரும்பறேன்.'

வர்ஷா எழுந்திருக்கவில்லை. பாலாதான் எழுந்து, 'வா போகலாம். அவர் சொல்வது உண்மைதான்!'

'இந்தச் சமயத்தில் உங்களுக்கு ஆதரவா ஏதும் செய்யத் தயாரா இருக்கிறேன் சார்!'

'ஆறுதல் எனக்குத் தேவையில்லை வர்ஷா! காயம் எனக்கில்லை! அவளுக்கு' என்று அறையைக் காட்டினார்.

'போய்ப் பார்க்கலாமா?'

'வேண்டாம் ப்ளீஸ். அவளைக் கொஞ்ச நாள் டிஸ்டர்பன்ஸ் இல்லாமப் பார்த்துக்க விரும்பறேன்.'

'உங்களுக்கு?'

'எனக்கு ஒண்ணும் வேண்டாம்.'

'யூனிவர்சிடியில எச்.ஓ.டி. கிட்ட ஏதாவது?'

'ஒண்ணும் வேண்டாம். எல்லாம் கோபி பார்த்துப்பார். வர்ஷா, ரொம்ப தாங்க்ஸ். உன்னைச் சரியாக் கவனிச்சுப் பேசக்கூடிய நிலையில் இல்லை நான்!'

அவர்கள் கிளம்பும்போது, 'வர்ஷா! இன்னொரு விஷயம். இந்தச் செய்தியை அதிகம் யாருக்கும் சொல்லவேண்டாம். எந்த விதமான வதந்தியும் வேண்டாம். யாராவது கேட்டால் எனக்கு எதுவுமே தெரியாதுன்னு சொல்லிடு. என்ன பாலா? உனக்கும் தான்!' என்று எச்சரித்தார்.

'சரி ப்ரொபஸர்' என்றான் பாலா.

பாலாவின் மோட்டார் சைக்கிளின் பின்னால் ஏறிக்கொண்டு செல்லும்போது வர்ஷா ஒரு முறை திரும்பி டாக்டர் ராம்பிரகாஷின் ஜன்னலைப் பார்த்தபோது, அவரும் அவளைப் பார்த்த பார்வையில் அனுதாபங்களை மீறிய ஒரு நேசம் இருந்தது.

காப்பி ஆறிவிட்டது. அதன் ஆடையை நீக்கிவிட்டுக் குடித்தார். அறைக்குள் எட்டிப் பார்த்தபோது, அம்ருதா ட்ராங்க்விலைஸரின் முழு ஆதிக்கத்தில் அயர்ந்து தூங்கிக்கொண்டிருந்தாள். சற்று நேரம் அவளைப் பார்த்துக்கொண்டிருந்தார். டெலிபோன் அடிக்க அதை ஓடிப் போய் எடுத்தார். 'டாக்டர் ராம்பிரகாஷ்? பத்மினி பேசறேன்.'

'யாரு?'

'பத்மினி ராஜ்.'

'ஓ, டாக்டர் பத்மினி! குட்மார்னிங்!'

'என்ன விஷயம்?'

'ராத்திரி அம்ருவைச் சில பேர் பலாத்காரம் பண்ணிட்டாங்க, கபன் பார்க்கில!'

'மை காட்! எப்படி ஆச்சு?'

'டாக்டர், அந்த விவரமெல்லாம் இப்ப முக்கியமாப் படலை எனக்கு. விதிமேல் நம்பிக்கை ஏற்பட்டுடும்போல இருக்கு டாக்டர். எப்ப வர்றிங்க?'

'மே ஐ டாக் டு ஹர்?'

'ஷி இஸ் ஸ்லீப்பிங்.'

'அப்ப ஒரு பத்து மணிக்கு ரவுண்ட்ஸ் முடிச்சுட்டு வர்றேன். அவங்களை ஏதும் டிஸ்டர்ப் பண்ணாம இருங்க.'

'இல்லை' என்றார். சற்று யோசித்து, 'பத்மினி, இந்த விஷயத்தைக் கொஞ்சம் கான்பிடன்ஷியலா வெச்சுக்கங்க. பப்ளிசிட்டி வேண்டாம்.'

'சொல்லவேண்டாம். பத்து மணிக்குப் பார்க்கலாம். என்ன?'

படுக்கையில் ஏதோ விழுந்த சப்தம் கேட்க, ராம்பிரகாஷ் அவசரமாக அறைக்குச் சென்றார். அம்ரு படுக்கையில் உட்கார்ந்திருந்தாள். 'என்ன அம்ரு?' என்றார்.

'தண்ணி கொட்டிப் போச்சு' என்றாள்.

'என்னைக் கூப்பிட்டிருக்கக் கூடாது?' அவள் அருகில் உட்கார்ந்துகொண்டு உதட்டில் காப்பி வைத்துப் பருக வைத்தார்.

'தண்ணி இல்லை, இது காப்பி!' என்றாள்.

'ஆமாம் அம்ரு.'

'நீங்க போட்டீங்களா?'

'ஆமாம்.'

கொஞ்சம் நேரம் கழித்து, 'நல்லாயிருக்கு காப்பி' என்றாள்.

மறுபடி கண்கள் லேசாகச் சுழற்ற ஆரம்பிக்க, 'உங்ககிட்டச் சொல்லிடணும்' என்று இழுத்தாள்.

'என்ன அம்ருதா?'

'பஸ் வேண்டாம்! பஸ் கூடாது!'

'பஸ் வேண்டாம். சரி!'

'நான் உங்ககூட எந்தக் கல்யாணத்துக்கும் வரலை இனிமே!'

'சரி!'

'என்னை டிவோர்ஸ் பண்ணிடுவிங்களா?'

'சே. பைத்தியம். அந்த மாதிரியெல்லாம் பேசாதே.'

'பேசலை. ஒண்ணும் பேசலை. என்னைத் தள்ளி வெச்சுடாதீங்க!'

கேட்டுப் பார்க்கலாமா என்று தோன்றியது. 'அம்ரு! ஏஸிடின்னா என்ன?'

'ஏன், எதுக்கு?'

'தூங்கறப்ப ஏஸிடின்னு சொல்லிக்கிட்டு இருந்தியே!'

'தெரியாது. தெரிஞ்சால் சொல்லிடறேன். நிச்சயம் சொல்லிட றேன். என் மேல கோவமில்லையே?'

படுத்துக்கொள்ளும்போது, 'உடம்பு பூரா வலிக்கிறது. முடிஞ்சாக் காப்பி போட்டிருப்பேன், இல்லை?' என்றாள். அப்படியே பேசிக்கொண்டே தூங்கிப் போய்விட்டாள்.

யூனிவர்ஸிடிக்குப் போக விருப்பமில்லை. குளிக்கத் தோன்ற வில்லை. பசித்ததை இன்னொரு காப்பி சாப்பிட்டு அடக்கிக் கொண்டார். எழுதிவரும் புத்தகத்தில் ஓரிரண்டு பக்கங்கள் தொடர முயற்சி செய்தார். பேனா நகரவில்லை. பகல் பதினொரு மணிக்கு போலீஸ் ஜீப் வந்தது. ஒரு புதிய அதிகாரி இறங்கி வந்தார்.

'மார்னிங் டாக்டர் ராம்பிரகாஷ்! என் பேரு தர்மராஜன்...'

'டிஸிபி வந்தாரா?'

'இல்லை. காலையிலேயே போய்ட்டாரே? என்னைத்தான் இங்க வரச் சொன்னார். உங்க ஒய்ஃப்தானே?'

'ஆமாம்.'

'வருத்தப்படறேன். ஒரு வாரத்துல குற்றவாளியை உங்க முன்னால கொண்டு நிறுத்திடறேன். இப்பவே கபன் ஏரியாவில்

அக்கம் பக்கத்தில், ரிச்மண்ட் சர்க்கிள்லேருந்து தொடங்கி சிவாஜி தியேட்டர் பின்பக்கம், இந்த ஏரியாவில் எல்லாம் ஜேஸி ரோடு சந்து பொந்து எல்லாம் விசாரிக்கத் தொடங்கிட்டோம். அகப்பட்டுக்குவாங்க. உங்க மனைவி ஏதாவது சொன்னாங் களா?'

'இல்லை. அவளை ஒரு வாரத்துக்கு ஏதும் தொந்தரவு செய்ய வேண்டாம்னு தோணுது.'

தர்மராஜன் சற்று இரட்டை நாடியாக, பெரிய மீசையை நீவி விட்டுக் கொண்டு, கழுத்தே தெரியாமல், சீருடைக்குள் தன்னைத் திணித்துக்கொண்டவர்போலத் தோன்றினார். கையில் கருப்பு மணிக் கயிறும் இரும்பு வளையமும் அணிந்திருந்தார். குச்சிக்கு பாலீஷ் போட்டதுபோலப் பளபளத்தது. ஓர் அறை அறைந்தால் எதிராளி கதிகலங்கிப் போய்விடுவான் போல ஆகிருதி. சுலப மாக யாரையும் அடித்துவிடுவார்போல இருந்தார். 'டிஎஸ்பி போன் பண்ணினால், தர்மராஜன் வந்திருந்தார்னு சொல்லுங்க. ரொம்பச் சத்தாய்க்கிறார். என் ஜுரிஸ்டிக்ஷன் சார் அந்த ஏரியா. இப்பத்தான் பட்ரோலுக்குன்னு ஒரு ஜீப் வாங்கி ரேடியோ எல்லாம் பொருத்தி, பெருமையாப் பேசிக்கிட்டிருந்தேன். முதல் கேஸே மானத்தை வாங்கிடுச்சு. சூளே மகனுக! பாருங்க ஒரு அடி, புடனியில ஒரு அடி, எல்லாத்தையும் கக்க வெச்சிடலாம். தமிழ்க்காரப் பையங்க! தமிழங்கதான் மானத்தை வாங்கறாங்க, சார்... இந்த மாதிரி ஆளுங்க!'

'இதுக்கெல்லாம் தமிழ், கன்னடம் ஏதும் கிடையாது தர்மராஜன்.'

'வாஸ்தவம்தான். எ ரேப் இஸ் எ ரேப். எல்லா பாஷையிலும்!'

தர்மராஜன் போனதும் டாக்டர் ராம்பிரகாஷ் அம்ருவுக்குப் பசிக்கும் என்று டிபன் காரியரில் எடுப்புச் சாப்பாடு கொண்டு வரலாம் என்று நினைத்தார். பக்கத்து வீட்டு அண்ணாமலையின் மகளைக் கூப்பிட்டு, 'தேன்மொழி, ஆண்ட்டி தூங்கிட்டு இருக்கா, நான் சாப்பாடு எடுத்து வர்றேன்...'

இதற்குள் தேன்மொழியின் தாய் ஜன்னலுக்குப் பின்னாலிருந்து, 'இங்கே வா, தேன்மொழி' என்று அழைத்து, அவர்கள் வீட்டி லிருந்து சாப்பாடு கொடுப்பதாகச் சொன்னாள். ராம் பிரகாஷுக்குத் தயக்கமாக இருந்தது. அவருக்குத் தேவை அனுதாபமில்லை, தனிமை.

இப்போதே இந்தக் கணமே, 'அம்ரு எழுந்திரு' என்று அவளை உசுப்பி, அடுத்த பிளேனுக்கு எங்கேயாவது டிக்கெட் வாங்கிக் கொண்டு மறைந்து, கரைந்து போகலாம் என்று தோன்றியது. இன்னும் எத்தனை பார்வைகள்? எத்தனை கேள்விகள்? எத்தனை முதுகுக்குப் பின்னால் குசுகுசுப்புகள்! 'போறார் பாரு... அவர்தான் டாக்டர் ராம்பிரகாஷ். இவங்க சம்சாரத்தைத்தான் கபன் பார்க்கிலே வெச்சு...'

காமத் ஓட்டலின் வாசலில், சுடச்சுட 'மிட் டே' பத்திரிகை விற்றுக் கொண்டிருந்தார்கள்.

அதில் கொட்டை எழுத்தில்.

YOUNG WIFE GANG RAPED

7

சோமசேகர் டெலிபோனை எடுத்து 'எஸ்' என்றார்.

'சார், யாரோ டாக்டர் ராம்பிரகாஷ், உங்களுடன் பேசணுமாம் - கோபத்தில் இருக்கிறார்.'

'அப்படியா கொடு' என்றார் புன்னகையுடன். 'ஹலோ டாக்டர், போலீஸ் மேலே கோபமா இருக்கீங்களாமே?'

'இல்லை, உங்கமேலே!'

'அப்படியா, என்ன காரணம்?'

'இன்னிக்கு மிட் டே பார்த்தீங்களா?'

'இல்லை. பார்க்கலை. அதில் செய்தி வந்திருக்கா?'

'ஆமாம் மிஸ்டர் சோமசேகர். இந்தச் செய்தியை யார் கொடுத்தாங்க? நீங்கதானே?'

'இல்லை. பத்திரிகைக்காரங்களுக்குன்னு கமிஷனர் ஆபீசில வழக்கமாக போலீஸ் ப்ரீஃபிங் உண்டு. அப்ப இந்தச் செய்தி கொடுத்திருக்கலாம். என்ன செய்தி? எப்ப வந்திருக்கு?'

'எல்லா விவரமும் வந்துள்ளது. என் பேரு, அம்ரு பேர். ஏன் சார் உங்களால லா அண்ட் ஆர்டரைத்தான் சரியாப் பாதுகாக்க முடியலை. இந்த அவமானத்தை யாவது தடுத்திருக்க முடியாதா? இந்த தேசத்திலே

எதுவுமே புனிதமானது இல்லையா? என்னைக் கேட்டிருக்க வேண்டாமா ஒரு வார்த்தை, இந்த மாதிரிச் செய்தி போட லாமான்னு?'

'உங்களுக்கு வேண்டாம்னா நீங்களேகூடச் சொல்லியிருக்க லாமே டாக்டர்.'

'ஒரு பொறுப்புள்ள போலீஸ் அதிகாரிகிட்டேயிருந்து வர்ற பதிலாய்யா இது?'

'எந்த வார்த்தை வரணும், சொல்லுங்க.'

டாக்டர் வெறுப்புடன், 'சே, நீங்க எல்லோருமே ஒரே ஜாதி! மார்பிட்' என்றார்.

'வாட் டு யூ மீன் டாக்டர்?'

'உங்களுக்கும் இந்தச் சம்பவத்தில் ஒரு குரூரமான சந்தோஷம்னு தோணுது!'

சோமசேகரின் மூக்கு நுனி துடித்தது. சற்றே சிவந்தது. 'இந்த வார்த்தையை வேற யாராவது சொல்லியிருந்தா போனை வெச்சுட்டு, நேர்ல வந்து ஓர் அறை அறைஞ்சிருப்பேன்!'

'உங்களுக்குத் தெரிந்தது அது ஒண்ணுதானே! மற்றபடி நாகரிக விஷயங்கள் எதுவுமே தெரியாதே உங்களுக்கு?' சோமசேகர் மௌனமாக இருக்க, 'மிஸ்டர் சோமசேகர், இந்த கேஸை நீங்க விசாரித்தது போதும். உங்களுக்கு எந்த விதத்திலேயும் ஒத்துழைக்க நான் தயாரா இல்லை. ஆல் ஆப் யூ ஆர் மார்பிட்!' என்று முடித்தார்.

'உங்களுக்குக் குற்றவாளி யாருன்னு கண்டுபிடிச்சு உங்க முன்னால நிறுத்தவேண்டாமா?'

'வேண்டாம். நீங்களே கண்டுபிடிச்சு மெடல் வாங்கிக்குங்க.'

'ப்யூட்டிபுல்! டாக்டர் அந்தச் செய்தியை நான் இன்னம் பார்க்கலை. அது உங்களைப் புண்படுத்திருச்சுன்னா நான் மன்னிப்பு கேட்டுக்கறேன். உணர்ச்சி வசப்பட்டுப் பேசாதீங்க. நீங்க என்ன சொன்னாலும் குற்றவாளியைக் கண்டுபிடிக்கத்தான் போறேன்.'

'கோ பாயில் யுவர் ஹெட்' ராம்பிரகாஷ் டெலிபோன் இணைப்பை வெட்டினார்.

கோபத்தை அடக்கிக்கொண்டு, சோமசேகர் கான்ஸ்டபிளிடம், 'ஒரு மிட் டே பேப்பர் கொண்டுவாங்க' என்றார்.

செய்தி விவரமாகவே இருந்தது. பெங்களூர் மகுடமிட்டு, தேதி குறித்து

> இருபத்து ஐந்து வயது மனைவி வெள்ளிக்கிழமை இரவில் கபன் பூங்காவில் கற்பழிக்கப்பட்டார்.
>
> திருமதி அம்ருதா ராம்பிரகாஷ் பஸ்ஸுக்காகக் காத்திருந்த போது, இருவர் ஆட்டோ ரிக்ஷாவில் வந்து, அவளைக் கணவரிடத்தில் கொண்டுசெல்வதாக அழைத்துப்போய், பார்க்கில் பலாத்காரம் செய்துவிட்டதாகச் சொல்லப்படுகிறது. கணவர் டாக்டர் ராம்பிரகாஷ் பெங்களூர் பல்கலைக் கழகத்தில் மனோதத்துவப் பிரிவில் ப்ரொபஸராக இருக்கிறார். உதவி கமிஷனர் சோமசேகர் இதை விசாரித்து வருகிறார்...

சோமசேகர் பேப்பரை வைத்துவிட்டு தர்மராஜனை விளித்தார்.

'தர்மு! டாக்டருக்குக் கோபம், பேப்பர்ல வீக்லி ப்ரீஃபிங்க்ல கொடுத்துட்டது...'

'அவரை க்யூ கேட்டிருக்கலாம் சார்.'

'யார்தான் கோவிக்கிறதுன்னு இல்லை!'

'பல்கலைக்கழக ஸ்டுடண்ட்ஸ் யூனியன், ஊர்வலம் வரப் போறாங்களாம்!'

'எங்கே?'

'கமிஷனர் ஆபீசுக்கு. ரேடியோ தகவல் வந்திருக்குது.'

சோமசேகர் சிரித்து விட்டு, 'சரி. வரட்டும், அசெம்பிளி செஷன் இருக்குது இல்லை?' என்று கேட்டார்.

'ஆமா!'

'அங்கேயும் கேட்பாங்க, வெரிகுட்! கேஸை விசாரிக்கிறதைத் தவிர, பாக்கி எல்லாம் செய்துக்கிட்டு இருக்கப் போறோம்! ஏதாவது உருப்படியாக் கிடைச்சுதா?'

'சிவாஜி தியேட்டர் பின்பக்கமாக இருக்கிற ரவுடிங்களையெல்லாம் ஒவ்வொருத்தராத் தட்டிக்கிட்டு இருக்கோம். அங்கேதான் ஒருத்தன் போன வருஷம் ஆப்ட்டான். எம்.ஏ. க்ரைமா இருக்கலாம்னு...'

'கேஸ் ரிஜிஸ்டர் ஆகியிருக்குது இல்லை?'

'டாக்டர் மறுப்பார். ரொம்பக் கோபம் அவருக்கு.'

'இன்னமும் கோபப்படப் போகிறார். தர்மராஜன் நீங்க என்ன நெனைக்கிறீங்க?'

'...மகனை உங்க முன்னால் ஒரு வாரத்தில் கொண்டு நிறுத்திடறேன் சார்!'

'ஆட்டோ ரிக்ஷாவில், டிரைவிங் சீட்டில் ரெண்டு பேரா வர்றவங்களையெல்லாம் நிறுத்தி விசாரிக்கச் சொல்லுங்க. ஏரியாவிலே பீட்டில ஆள் போடுங்க. ட்ராபிக்லயும் சொல்லி வையுங்க. ஏதாவது அடையாளம் கெடைச்சா நல்லது.'

'இதுவரைக்கும் இல்லை சார்.'

'சார் அந்த பேப்பரைக் கொடுங்க' என்றார் கிருஷ்ணமூர்த்தி. பஸ்ஸில் போய்க்கொண்டிருக்கும் கசகசப்பில், முன்னால் பிரயாணி மடித்து வைத்திருந்த பேப்பரில் 'இளம் மனைவி கபன் பார்க்கில் கற்பழிப்பு!'

'கொஞ்சம் இரு சார். நானே பார்க்கலை இன்னம்.' ஏறக்குறைய பேப்பரைப் பிடுங்கி அந்தச் செய்தியை மட்டும் படித்துவிட்டுத் திருப்பிக் கொடுத்து, 'தாங்க்ஸ்' என்றார் கிருஷ்ணமூர்த்தி.

'என்ன சார், லாட்டரியா?'

'இல்லை. கபன் பார்க்கில ஒரு பெண்ணை பலாத்காரம் பண்ணிட்டாங்களாமே நேற்றைக்கு!'

'எல்லா பேப்பர்லயும் வந்திருக்குதே. ப்ரொபஸர் பொண்டாட்டி!'

'அந்த ஆட்டோவை நான் பார்த்தேன் சார்!'

கிருஷ்ணமூர்த்தி வீட்டுக்கு வந்ததும் அதை, தன் மனைவியிடம் சொன்னார்.

'உங்களுக்கு பகல்லயே பசு மாடு தெரியாது. எதையாவது எக்குத் தப்பாப் பார்த்துட்டு எதையாவது கற்பனை பண்ணிக்காதீங்க!'

'இல்லை லலிதா, ஒரு ஆட்டோல ஒரு பெண்ணை ஒரு மாதிரி வாயை அடைச்சுண்டு ரெண்டு பேர் போறாங்க. ஆட்டோ வேகமா கபன் பார்க்கில கச்சேரி கட்டடம் இல்லை, அதுக்கு எண்ட்ரன்ஸ் இருக்கு பாரு நடுவில, முன்னெல்லாம் பாண்டு வாசிப்பானே!'

'சொல்லுங்கோ.'

'அதுக்குள்ள வேகமா நுழையறது. அந்தப் பெண்ணானா கீச்சு கீச்சுன்னு கத்தறது!'

'நீங்க ஏங்க அங்கல்லாம் போனீங்க. ஏன் அதை முன்னாலேயே சொல்லலை?'

'ஓவர் டைம் பார்த்துட்டு பஸ் ஸ்டாண்டுக்கு நடந்து போறேனா, என்னவோ வேடிக்கையா சிரிச்சுப் பேசிண்டு போறாளோன்னு முதல்ல தோணித்து. அந்தக் கத்தல், அழுகை மாதிரியும் இல்லை. சிரிப்பு மாதிரியும் இல்லை. இப்ப எல்லாம் யார் அழறா, யார் சிரிக்கறான்னு சொல்றதே கஷ்டமா இருக்கா?'

'இப்ப என்ன அதுக்கு?'

'போலீஸ்கிட்டச் சொல்லவேண்டாமா லலிதா?'

லலிதா, கிருஷ்ணமூர்த்தியை நிமிர்ந்து பார்த்தாள்.

'அய்யோ! என்ன விபரீத புத்தி உங்களுக்கு? சும்மா இருந்த சங்கை ஊதிக் கெடுத்தானாம்னு.'

'இல்லை. ஏதாவது ஒத்தாசையா இருக்கலாமேன்னு...'

'போலீஸ்ல சொன்னா அவா அடையாளம் கேப்பா. ஏதாவது சொல்லத் தெரியுமா உமக்கு?'

'ஆட்டோ ரிக்ஷா பின்பக்கத்தில் ஏஸிடின்னு எழுதியிருந்தது. எதுக்கும் இருக்கட்டுமேன்னு நோட் பண்ணி வெச்சுண்டேன்!'

'உளறாதீங்கோ! போலீஸ்ல, 'எப்படி நோட் பண்ணிண்டே? இருட்டில் எப்படிக் கண்ணு தெரிஞ்சுது'ன்னு குறுக்குக் கேள்வி கேட்டு உங்களையே அரெஸ்ட் பண்ணிடுவா! பேசாம இருங்கோ!'

'அப்ப சொல்ல வேண்டாம்கிறே!'

'உங்க வேலையை ஒழுங்காப் பண்ணி மாசா மாசம் சம்பளம் வாங்கிண்டு வந்தாப் போதும்! மத்தவா வம்புக்கு எதுக்கு நாம போகணும்? போலீஸ்காரா எல்லாரும் கெட்டிக்காரா. அவா கண்டுபிடிச்சுடுவா. நீங்க ஏன் இதிலே போய் மாட்டிக்கணும்?'

'அதானே! நீ சொல்றதும் வாஸ்தவம்தான் லலிதா!'

'ரூபா ஸ்டோர்ஸ் போய் எனக்கு ஒரு பாக்கெட் சானிடரி டவல்ஸ் வாங்கிண்டு வந்துடுங்கோ. கத்தரிச்சாப்பல இடுப்பு வலி எனக்கு!'

'அப்படியா, நல்ல சேதி லல்லி!' என்று கிருஷ்ணமூர்த்தி மலர்ந்தார்.

வர்ஷாவும் பாலாவும் மற்ற மாணவர்களும் ஒல்லியான ஊர்வலமாக வந்து, நிருபதுங்கா ரோட்டில் டி.ஜி. ஆபீஸ் முன்னால் வந்து, கொஞ்ச நேரம் சப்தம் போட்டார்கள். பெண்களைவிட பெண்களை சைட் அடிக்க வந்த ஆண்கள் அதிகமாக இருந்தார்கள்.

'ஜனதா அரசே பெண்களைக் காப்பாற்று...'

'குற்றவாளியைக் கண்டுபிடித்து தண்டனை கொடு!'

சோமசேகர் அவர்களிடம் வந்து 'குட் ஈவினிங்' என்றார்.

'என்ன சார் இது அக்கிரமம்! பொதுப் பாதைகளில் பெண்கள் பத்திரமாகப் போகக்கூடாத நிலையில் மக்களிடம் வரிப் பணம் வாங்கி, போலீஸுக்கு எத்தனை செலவழிக்கிறீர்கள்! இன்னும் ஒரு வாரத்துக்குள் குற்றவாளியைக் கண்டுபிடிக்காவிட்டால் நீங்கள் ராஜினாமா செய்யவேண்டும்!'

'உன் பேர் என்ன?'

'வர்ஷா.'

'சுமித்ராவின் கிளாஸ்மேட்டா?'

'உங்களுக்கு சுமித்ராவைத் தெரியுமா?'

'சுமாராகத் தெரியும் என்று நினைக்கிறேன். அவள் என் மகள்!'

'ஓ மை காட்! அங்கிள், நீங்கள்தானா சோமசேகர்?'

'ஆம்! சுமித்ராவும் இந்த ஊர்வலத்தில் உண்டா?'

'ஆம்! அதோ!'

'ஹாய் சுமி!'

'டாட், இப்போது நான் உங்கள் மகள் அல்ல, வீ வாண்ட்!'

'ஜஸ்டிஸ்!'

'வீ வாண்ட்!'

'ஜஸ்டிஸ்.'

'ஆல் ரைட். மனுவைக் கொடுத்துவிட்டு அமைதியாகக் கலைந்து போகிறீர்களா?'

'ஒரு வாரத்துக்குள் ஒன்றும் நிகழவில்லையெனில்...'

'உண்ணாவிரதம் இருங்கள். சுமித்ரா கொஞ்சம் உடம்பு இளைத்தால் நல்லது!'

'யூ ஆர் ஹார்ட்லெஸ் டாட்! வீ வாண்ட்...' என்று தொண்டை நரம்பு புடைக்க, சோமசேகரின் மகள் கத்திக் கூச்சலிட்டாள்.

டாக்டர் பத்மினிராஜ் முன்னறையில் வந்து உட்கார்ந்து ராம்பிரகாஷ் கொடுத்த காப்பியை எடுத்துப் பருகி, 'குட் காஃபி' என்றாள்.

'அவள் எந்த நிலையில் இருக்கிறாள் பத்மினி?'

'கோர்வையாக இன்னும் பேசவில்லை. அதிர்ச்சியின் விளைவுகள் உடலிலும் மனத்திலும் பாக்கியிருக்கின்றன.'

'பத்மினி, ஒரு கேள்வி கேட்கட்டுமா?'

'உங்கள் கேள்விக்குப் பதில் 'ஆம்' நிச்சயமாக, ஊர்ஜிதமாக. டாக்டர், நீங்கள் ஒரு சைக்காலஜிஸ்ட்.'

'மற்றவர்களுக்குத்தான் என் சைக்காலஜி.'

'இல்லை, உங்களுக்கு இப்போது ஒரு மகத்தான பொறுப்பு இருக்கிறது. இந்தச் சம்பவத்தின் அதிர்ச்சியை மழுப்ப வேண்டியது!'

'எப்படி? அதைப் பற்றிப் பேசாமல் இருந்தால் அவளே ஆரம்பிக்கிறாளே!'

'டெல் ஹர் இட் இஸ் நத்திங். கன்வின்ஸ் ஹர்! டாக்டர், நடந்தது ஒரு விபத்து. ஒரு கூட்டத்தின் நெரிசலில் பல பேர் மேல் படுவதில்லையா, அதுபோல. இதைப் பற்றி களங்கம், புனிதம் போன்ற சம்பிரதாய வார்த்தைகளையெல்லாம் தகர்த்துவிட்டு, 'விபத்து' என்னும் ஒரே ஒரு வார்த்தைதான் செல்லும். முதன்முதலில் உங்களுக்கு அதில் நம்பிக்கை வேண்டும். டாக்டர் ராம்பிரகாஷ், உங்களுக்கு இதில் ஏதும் விரசமில்லைதானே?'

டாக்டர் தயங்கி, 'இல்லை' என்றார்.

8

டாக்டர் பத்மினிராஜூம் ராம்பிரகாஷூம் பேசிக் கொண்டிருக்கும் போது அம்ருதா உள்ளே வந்தாள். இருவரும் இயல்பாக, பேசுவதை நிறுத்திவிட்டார்கள்.

'ஏன் ரெண்டு பேரும் மௌனமாயிட்டீங்க? என்னைப் பத்தித்தானே பேசிக்கிட்டு இருந்தீங்க?' என்றாள்.

'ஆமாம் அம்ருதா' என்று பத்மினி எழுந்து அவளை அணைத்து உட்காரவைத்தாள்.

'ஹௌ ஆர் யு மை சைல்ட்' என்று அவள் கன்னத்தில் கை வைத்தார் ராம்பிரகாஷ்.

'நான் ஒண்ணும் குழந்தையில்லை. பார்த்தீங்களா டாக்டர். குழந்தைத்தனமா நடந்துக்கிட்டேன்னு குத்திக் காட்டறார் பாருங்க!'

'அம்ரு. கம் ஆன்! எதுக்கெடுத்தாலும் தப்பா நெனைச்சுக்கக் கூடாது. உனக்காக டாக்டர் ராம் எத்தனை கவலைப்பட்டு எத்தனை வேதனைப் பட்டார் தெரியுமா?'

'எதுக்காக பஸ்ல தனியா விட்டுட்டுப் போயிட்டா ராம்?'

'நான்தான் சொன்னேனேம்மா, அது ஒரு ஆக்சி டெண்ட் மாதிரி, தற்செயலா நிகழ்ந்ததுன்னு.'

'பாழாப் போற கார், அப்பத்தான் அங்கேதான் நிக்கணுமா?'

'நீ என்ன சொல்றே அம்ரு. வேணும்னுட்டே நிறுத்தினேன்னா?'

பத்மினி டாக்டரைப் பார்த்து, 'கமான் சார்! அவ சொல்றதை சீரியஸா எடுக்காதீங்க...' என்றாள்.

'பின்னே அவ சொல்றதைப் பார்த்தா எல்லாமே நானே சதி பண்ணி...'

'டாக்டர் ராம்பிரகாஷ்! உங்களுக்கும் இந்த நிலைமையைச் சமாளிக்க அனுபவமில்லை. இந்த அனுபவம் இல்லாத வரைக்கும் சும்மா இருக்கலாம்னே தோணுது.'

அம்ரு தலையைக் கோதிக்கொண்டாள். நீண்ட அங்கி அணிந்திருந்தாள். தலை கலைந்திருந்தது. 'பொட்டு இட்டுக்க அம்ரு.'

'ப்ச்' என்றாள். வெறித்துச் சன்னலைப் பார்த்தாள். 'வெளியே அந்தாளு என்னையே பார்க்கறான்!' என்றாள்.

'எந்தாளு? டோண்ட் பி சில்லி!'

'அவங்க எல்லாருக்கும் தெரியும்.'

'அம்ரு, அனாவசியமா புதுசு புதுசா விஷயங்களையெல்லாம் கற்பனை பண்ணிப் பார்த்துக்காதே... அம்ரு! அந்த பேப்பரைக் கொண்டா... அந்த பேப்பரைக் கொண்டா!'

'இல்லை, நான் பார்க்கணும்' என்று அந்த பேப்பரைப் பிடுங்கிக் கொண்டு தன் அறைக்குள் போய் கதவைச் சாத்திக் கொண்டு விட்டாள்.

டாக்டர் பத்மினி, ராம்பிரகாஷைக் குற்றம் சாட்டுவதுபோலப் பார்த்து, 'டாக்டர், என்ன நீங்க... பேப்பரை வீட்டுக்கு எடுத்துட்டு வர்றீங்க!' என்றாள்.

'அம்ரு, அந்த பேப்பரைக் கொடு, அதிலே போட்டிருக்கிறதெல்லாம்...'

'அம்ரு! அம்ரு!'

கதவைத் தட்ட, உள்ளேயிருந்து பதில் இல்லை.

'க்விக் டாக்டர்! ஏதாவது எக்குத் தப்பா செய்துடுவா! அம்ரு! அம்ரு' - டாக்டர் பத்மினி கூப்பிட்டுப் பார்த்தாலும் பதில் இல்லை. தோட்டத்துப் பக்கமாக இருந்த சன்னலை நாடி அங்கிருந்து எட்டிப் பார்த்ததில் அம்ரு படுக்கையில் உட்கார்ந்து கொண்டு விசித்து விசித்து அழுதுகொண்டிருந்தாள்.

'அம்ரு, கதவைத் திறம்மா!'

'எல்லாருக்கும் தெரிஞ்சுபோச்சு. பேர்கூடப் போட்டாச்சு; எல்லாருக்கும் தெரிஞ்சுபோச்சு, நான் இனிமே எதுக்கு இருக்கணும்?'

'அதைப் பத்தி அப்புறம் யோசிக்கலாம்.'

'என்ன சார்?' என்று பக்கத்தில் இருந்தவர்கள் ஒவ்வொருத்தராகக் கூட்டம் சேர்ந்தார்கள். டாக்டர் ராம்பிரகாஷ் அவர்களைத் திகைப்புடன் பார்த்து, 'சார், நீங்க போங்க. நாங்க பார்த்துக் கறோம்!' என்றார்.

'ஏதாவது விஷத்தைக் கிஷத்தைச் சாப்பிட்டுட்டாங்களா? டாக்டரைக் கூப்பிடணுமா?'

'நான்தான் டாக்டர். மிஸ்டர், நீங்க போகலாம், ப்ளீஸ்!'

'ஏதாவது ஹெல்ப் வேணுமா சார்? பேப்பர்ல போட்டிருந்தான்... ரொம்ப வருத்தமா இருந்துச்சு!'

'அய்யோ, எங்களைத் தனியா விட்டாலே பெரிய உபகாரம் சார்... ப்ளீஸ்!'

'அப்ப ஹெல்ப் ஏதும் வேணாமா? ஸோடா கீடா சாப்பிடறீங்களா?'

'வேண்டாம் சார், ப்ளீஸ், லீவ் அஸ் அலோன்' என்று டாக்டர் நரம்பு புடைக்கக் கத்தினார்.

சோமசேகர் கமிஷனரின் அறைக்குள் நுழைந்தார். 'வா சோமு. என்ன ஆச்சு? ஸ்டூடண்ட்ஸ் எல்லாம் ஊர்வலமா வந்து சத்தம் போட்டாங்களாம்?'

'ஆமாம் சார். என் டாட்டர்கூட!'

'எத்தனை பேரு, அந்தப் பலாத்காரம் செய்தவங்க?'

'ரெண்டு பேருன்னு தெரியுது. பஸ் ஸ்டாண்டில இருந்து ஆட்டோல கூட்டிட்டுப் போயிருக்காங்க. ஒரு ஆட்டோல ரெண்டு பேருக்கு மேல...'

'கொஞ்ச தூரம் போனப்புறம், மேற்கொண்டு ஆளுங்க சேர்ந் திருக்கலாமில்லையா?'

'இருக்கலாம். ஆனா அந்த அம்மா சொன்னபடி ரெண்டு பேர்தான் இருந்தாங்களாம்!'

'எவிடன்ஸ் கொடுக்கறாங்களா? பரவாயில்லையே?'

'இனிமேல் கொடுக்க மாட்டாங்க. பேப்பர்லே வந்ததிலே கணவனுக்குக் கோபம்!'

'பேப்பர்ல எப்படி வந்தது?'

'வீக்லி ப்ரீஃபிங்ல போயிருச்சு சார்.'

'அடப் பாவமே! அவர்கிட்ட நான் பேசறேன். போன் நம்பர் சொல்லுங்க.'

கிருஷ்ணமூர்த்தி, விதான செளதாவில் விவசாயத் துறை அமைச்சரின் அலுவலகத்தில், பீதார் ஜில்லாவில் பஞ்சத்தைப் பற்றி ஸ்டேட்மெண்ட் தயாரித்துக்கொண்டிருந்தபோது, லலிதா சொன்ன சானிட்டரி சமாசாரம் ஞாபகம் வந்தது. எதிரே இருந்தவரிடம், 'ராமாச்சார், சாயங்காலம் சூப்பர் பஜார் போகணும், ஞாபகப்படுத்துங்க' என்றார்.

ராமாச்சார் சஞ்சே வாணி இதழைப் புரட்டிக்கொண்டு 'பார்த்தி யாய்யா, கபன் பார்க்கிலே நம்ம ஆபீஸ் எதிர்த்தாப்பலேயே ஒரு பெண்ணைக் கடத்திக்கிட்டுப் போயி...' என்று ஆரம்பித்தார்.

'ஆச்சார், நான் அதைப் பார்த்தேன். ஆச்சார்!'

'எப்ப?'

'முந்தா நாள்!'

'என்ன ஆச்சு?'

'ராத்திரி ஓ.டி. பண்ணிட்டு ஸ்டாண்டில போய் நின்றேனா, இந்தப் பாழாப் போன தோமலூர் பஸ் வரவே இல்லை. அப்ப

எதிர்த் திசையிலே வேகமா ஆட்டோ போறது. ஆட்டோ ஆட்டோன்னு கூப்பிடறேன். அப்பதான் அதிலே முன் பக்கத்தில் ஓர் ஆள். பின் பக்கத்தில் ரெண்டு பேரு, ஒரு பெண் பிள்ளை. அந்தம்மா கூச்சல் போடறாப்பல இருந்தது. ஆட்டோ கபன் பார்க் உள்ள நுழையுது. போலீஸ்காரங்க யாரும் இல்லை. நான் தனியா பஸ் ஸ்டாண்டில் நிக்கறேன். ஆள் நடமாட்டமும் இல்லை.'

'போலீஸ்ல சொன்னீங்களா?'

'இல்லை ஆச்சார். அடையாளம் வேற குறிச்சி வெச்சிருக்கேன். ஏஸிடின்னு ஆட்டோ பின்னால எழுதியிருந்தது.'

'ஏன்யா இதை போலீஸ்கிட்டச் சொல்லக்கூடாது?'

'என் பொண்டாட்டி, 'அந்த வம்புக்கு எல்லாம் போகாதீங்க, நீங்களே ரேப் பண்ணதாக் குற்றம் சாட்டுவாங்க'ங்கறா.'

'சேச்சே, அப்படியெல்லாம் யார் சொன்னா?'

'அப்ப ஆச்சார், நீங்களே போன் பண்ணிச் சொல்லிடுங்களேன்.'

'நான், நான் பார்க்கலையே, பார்த்த ஆள்தான் போன் பண்ணனும்.'

'இப்ப லேட்டாயிடுச்சு ஆச்சார். இப்பப் போய்ச் சொன்னா, ஏன் இத்தனை நாள் சும்மா இருந்தேன்னு ரெண்டு தட்டு தட்டினா?'

'பெட்டர் லேட் தேன் நெவர்.'

'அப்ப போன் பண்ணலாங்கறீரா?'

'எனக்கு அப்படித்தான் தோணுது.'

'என் மனைவி கேட்டா, கொன்னு போட்டுருவா.'

'அவங்ககிட்டே எதுக்குச் சொல்லணும். போன் பண்ணுமே. பேர் கீர் சொல்லவேண்டாம். 'நான் ஒரு உண்மை விளம்பி, ஆட்டோவைப் பார்த்தேன்னு' பொதுவா...'

'அதுகூடச் சரிதான்!'

ஆச்சார் டெலிபோன் டைரக்டரியை எடுத்துப் போலீஸ் கண்ட்ரோல் ரூம் எண்ணை முதல் பக்கத்திலேயே கவனித்தார். தயங்கினார்.

'அலோ இஸிட் போலீஸ் கண்ட்ரோல் ரூம்?'

'அலோ!'

'நானு, நானு.'

'உங்கள் பெயர் என்ன?'

'பெயர் முக்கியமில்லை. நானு நானு...'

'என்னய்யா, நானு நானுன்னு திரும்பத் திரும்பச் சொல்கிறீரே! விஷயம் என்னன்னு சொல்லுப்பா!'

'என் பேரு, நானு... இந்த ஆட்டோ விஷயத்தைப் பற்றி...'

'எந்த ஆட்டோ?'

'அதான் கபன் பார்க்கிலே... ரேப்பு.'

'ஒரு நிமிஷம்.'

கிருஷ்ணமூர்த்தி ராமாச்சாரின் முகத்தை நோக்க, அவர், 'என்ன?' என்றார்.

'ஒரு நிமிஷம் என்று சொன்னான்.'

'ரிக்கார்ட் பண்ணப் போகிறான்!'

'வெச்சுரவா? எதுக்கு வம்பு?'

'வெச்சா இன்னும் குற்றம்! போன் பண்ணியாச்சுன்னா பேசித் தான் ஆகணும்!'

'எப்படித் தெரியும், நாமதான் போன் பண்ணிணோம்னு?'

'அதுக்கெல்லாம் அவங்க ட்ரிக் வெச்சிருக்காங்க.'

'அலோ' என்று மற்றொரு குரல் கேட்டது. 'இன்ஸ்பெக்டர் தர்மராஜன் ஸ்பீக்கிங். நீங்க யார் பேசறது?' - அந்தக் குரலில் இருந்த அதிகாரமும் வன்மையும் கிருஷ்ணமூர்த்தியைத் தன்னை யறியாமல் பேச வைத்தன.

'அலோ, சார்! நான் கிருஷ்ணமூர்த்தின்னு விதான செளதாவில் இருந்து பேசறேன். நான் முந்தாநாள் மாலை அந்த ஆட்டோவைப் பார்த்ததாத் தோணுது...'

‘அப்படியா மிஸ்டர் கிருஷ்ணமூர்த்தி! உங்களால எங்க ஆபீசுக்கு வர முடியுமா? உங்க ஆபீஸ்லேர்ந்து கிட்டக்கத்தான்...’

‘எப்ப?’

‘இப்ப!’

‘இப்ப சூப்ரண்டு பர்மிஷன்...’

‘அதெல்லாம் கவனிச்சுக்கலாம். விதான சௌதாவில் எந்த ஆபீஸ் சொன்னீங்க...?’

‘அக்ரிகல்சர் மினிஸ்ட்ரி... ராமா! மாட்டிண்டேண்டா!’

‘கோபாலப்பன்னு இருக்காரே அவரைக்கூடத் தெரியும் ஐ.ஏ.எஸ். ஆபீஸர்...’

‘அவர்தான் எங்க ஏ.எஸ்!’

‘ரொம்ப நல்லது. உடனே வர்றோம். என்ன கிருஷ்ணமூர்த்தி? இனிஷியல்ஸ் சொல்லுங்க...’

‘வி.கே...’

கிருஷ்ணமூர்த்தி டெலிபோனை வைத்ததும் கரங்கள் நடுங்க ஆரம்பித்தன. ‘லலிதா கேட்டா கொன்னுடுவா, ராமாச்சார், நல்லா மாட்டிக்கிட்டேன்!’

‘சேச்சே, போலீஸ்ல நமக்குத் தெரிஞ்சவன் ஒரு பையன் - ஃபிங்கர் பிரிண்ட் செக்ஷன்ல இருக்கான். அவன்கிட்ட வேணா ஒரு வார்த்தை சொல்லிடறேன்!’

‘இப்ப வந்து எங்கே அழைச்சுக்கிட்டுப் போவாங்க?’

‘தெரியாதுப்பா! ஒரு மாதிரி அடையாளம் காட்ட அழைச்சுட்டுப் போவாங்களாயிருக்கும்?’

‘இருட்டில் நான் யாரையுமே பார்க்கலையே!’

‘இருந்தாலும் காட்டச் சொல்வாங்க. அதானே கஷ்டம்!’

‘அய்யோ! தெரியாத்தனமா மாட்டிக்கிட்டேனே!’

‘பயப்படாதே. என் கசின் மஞ்சுநாதான்னு இருக்கான். அவன் கிட்டச் சொன்னா அதிகம் தொந்தரவு பண்ண மாட்டாங்க!’

அரை மணியில் போலீஸ் ஜீப் வந்து, கிருஷ்ணமூர்த்தியை அழைத்துச் சென்றது. நேராக காப்பி போர்டு அருகில் இருந்த போலீஸ் ஆபீஸின் பச்சைத் தட்டிகளையும் ரேடியோ டவர்களையும் கடந்து, பக்கத்தில் இருந்த கட்டடத்துக்கு ஒரு கான்ஸ்டபிள் அழைத்துப் போக, தர்மராஜனின் அறைக்கு அழைத்துச் செல்லப்பட்டார். கிருஷ்ணமூர்த்திக்கு பாத்ரூம் வந்து விட்டது! 'ரெம்ப நேரமாகுமாப்பா?'

'கொத்தில்லா!'

தர்மராஜன் அவரைப் புன்னகையுடன் வரவேற்று, 'வாங்க, என்ன சாப்பிடறீங்க. காப்பி, கூல்ட்ரிங்க்?' என்று கேட்டார்.

'ஏதும் வேண்டாம். சொல்ல வந்ததைச் சொல்லிடறேன்.'

'அவசரப்படாதீங்க...'

அறை வாசலில் ஒருத்தன் கழுத்தில் சவுக்கம் போட்டு அழைத்து வரப்பட்டான். 'அப்புறம் பார்க்கலாம்யா!' என்றார் தர்மராஜன்.

'அய்யா ரொம்ப அடிய்யா! 'மாலை'யாவது குடுத்துரச் சொல்லுங்க!' என்று அவன் கெஞ்ச, கிருஷ்ணமூர்த்திக்கு வயிற்றைப் புரட்டியது.

'சொல்லுங்க இப்ப' என்றார் தர்மராஜன்.

9

கிருஷ்ணமூர்த்திக்கு இப்போது பயம் முழுவதுமாக வயிற்றில் வியாபித்திருந்தது. லலிதா நிச்சயம் இரண்டு விஷயங்களுக்காகக் கோபித்துக்கொள்ளப் போகிறாள். லேட்டாக வீடு திரும்பியதற்கு, போலீஸுக்குப் போனதற்கு. 'சார் என்னைக் கொஞ்சம் சீக்கிரமா...'

தர்மராஜன் அவரை நிமிர்ந்து பார்த்த பார்வையே சரியாக இல்லை. விழிகளை உருட்டி மீசை லேசாகப் படபடத்ததோ என்னவோ பாதியில் நிறுத்தி விட்டார். தர்மராஜன் அவர் அருகில் வந்து நிதானமாகப் பிரம்பை உருட்டிக்கொண்டு, 'நீங்க என்ன பார்த்தீங்க? சரியா ஞாபகப்படுத்திக்கிட்டுச் சொல்லுங்க.'

'சார், என்னை அடையாளம் கிடையாளம்னு அலைக்கழிக்காதீங்க சார்.'

'அதெல்லாம் அப்புறம். இப்ப நடந்ததை மட்டும் சொல்லுங்க. தொந்தரவு ஏதும் இருக்காது. போலீஸுக்கு உதவி செய்து, ஒரு குடிமகனுக்கு உள்ள கடமையைத்தான் நீங்க பண்றீங்க. போலீஸுக்குப் பயப்படவே வேண்டாம். சொல்லுங்க.'

'ஆட்டோல இரண்டு பேரு முன்னால சீட்டிலயும் பின்னால கருப்பா புடைவை உடுத்திக்கிட்டு ஒரு பெண்ணும் போறதைப் பார்த்தேன்!'

‘கருப்பா? நீலமா?’

‘கருப்பு மாதிரித்தான் இருந்தது. சரியாகச் சொல்ல முடியலை, இருட்டு.’

‘எத்தனை மணி இருக்கும்?’

‘ஏழு, ஏழரைகூட இருக்கலாம்!’ என்று தர்மராஜனைச் சந்தேகத்துடன் பார்த்தார்.

‘சொல்லுங்க.’

‘இந்தம்மா கீச்சுக் கீச்சுன்னு கத்தறாப்பல இருந்தது. ஆட்டோ கபன் பார்க்குள்ளே வேகமாக நுழையுது.’

‘இதை ஏன் நீங்க உடனே எங்ககிட்டே வந்து சொல்லலை?’

‘முதல்ல எனக்கு ஸ்ட்ரைக் ஆகலை சார். ஏதோ இளைஞர்கள் ஜாலியாச் சத்தம் போட்டுக்கிட்டுப் போறாங்கன்னு நெனைச்சேன். விதான சௌதா முன்னால கபன் பார்க்குப் பக்கத்தில் இந்த மாதிரி சம்பவம் நிகழும்னு நான் எதிர்பார்க்கவே இல்லையா, என் மூளையிலே அந்தச் சம்பவத்தின் தீவிரம் உரைக்கவே இல்லை.’

‘எப்ப உரைச்சது?’

‘மறுநாள் சாயங்காலம் ஆபீஸிலிருந்து திரும்பி வர்றப்ப பஸ்ல ஒருத்தர் மிட் டே பத்திரிகை வெச்சிருந்தார். அதில் பார்த்ததும் தான்...’

‘அப்படியும் அதை ஏன் முதல்லேயே நீங்க சொல்லலை?’

‘என் ஒய்ஃப் வேண்டாம்னுட்டா. அப்புறம்தான் எங்க ஆபீஸ் கொலீக் ஆச்சார் வந்து, ‘மூர்த்தி, போயி சொல்லிடறது நல்லதுன்னு சொன்னார். பெட்டர் லேட் தேன் நெவர்னு... ஹி... ஹி...’

‘அவங்க முகத்தைப் பார்க்க முடிஞ்சதா?’

‘இல்லை. இருட்டில எப்படித் தெரியும்? ரெண்டு பேர் டிரைவிங் சீட்டுல இருந்தாங்க. அது தெரிஞ்சது.’

‘பின் சீட்டில அந்த அம்மாவைத் தவிர யாராவது உட்கார்ந்திருந்தாங்களா?’

'இல்லைங்க.'

'வேற ஏதாவது கவனிச்சீங்களா?'

'வேற ஏதாவதுன்னா?'

'ஆட்டோ நம்பர் அல்லது அடையாளம்...'

'ஆமாம் சார், கவனிச்சேன். ஏஸிடின்னு ஆட்டோ பின்னால வாட்டர் ப்ரூஃப் கிளாத் போட்டு இருக்கும் பாருங்க. அதுக்கு மேல் பெரிசா எழுதியிருந்தது.'

'ஏஸிடி?'

'ஆமா.'

தர்மராஜன் அதை எழுதிக்கொண்டார். 'சரி, வேற?'

'வேறே எதுவும் கவனிக்கலை சார்.'

'வேறே எதுவும் ஞாபகம் வந்தா போன் பண்ணுங்க, என்ன?'

'சரி!'

'மனைவி பேச்சைக் கேட்டுட்டுச் சும்மா இருந்திடாதீங்க.'

'இல்லை சார். அவ பொதுவா என்னைப் பத்திக் கவலை... அதனாலதான்!'

'ஏ...ஸி...டி...இதானே? சரியா எழுதிக்கிட்டிருக்கேனா... பாருங்க!'

கிருஷ்ணமூர்த்தி அதைப் பார்த்து விட்டு, 'சரிதான்' என்றார்.

'ஜீப்பில் கொண்டுவிடச் சொல்லட்டுமா?'

'வே... வேண்டாம் சார். என் மனைவி பயந்துப்பா.'

'தெருக் கோடியிலே நிறுத்திடச் சொல்றேன்.'

'இல்லை. ஏகப்பட்ட பஸ்கள் இருக்குது... தாங்க்ஸ்!'

'சரி, போய்ட்டு வாங்க.'

அவர் சென்ற திசையை நோக்கி, 'சரியான ஆளுங்கப்பா' என்று தலையை ஆட்டினார் தர்மராஜன். அந்தக் குறிப்பை எடுத்துக்

கொண்டு சோமசேகரின் அலுவலறைக்குச் சென்று, 'கமின்' என்று அனுமதி கிடைத்ததும் விரைப்பாகச் சல்யூட் அடித்து விட்டு, 'சார், ப்ரொபஸர் கேஸ்ல முதல் க்ளூ...'

'அப்படியா? என்ன?'

'விதான செளதா கிளார்க் ஒருத்தர் ஆட்டோவின் பின் பக்கத்தில் இருந்த எழுத்துக்களைக் குறிச்சுக்கிட்டு இருந்திருக்கார்.'

'அப்படியா?'

சோமசேகர் அதைப் பார்த்தார். ஏஸிடி என்று யோசித்தார். 'சரி, தர்மராஜன், ஒண்ணு பண்ணுங்க. ட்ராபிக்ல முதல்ல விசாரிச்சுப் பாருங்க. ஏஸிடின்னு பின்னால எழுத்து போட்டிருக்கிற ஆட்டோ எங்கே இருந்தாலும் உடனே அதை நிறுத்திவெச்சு கண்ட்ரோல் ரூமுக்குத் தகவல் சொல்லும்படி...'

'அம்ரு! அம்ரு! எழுந்திரும்மா, இங்கே பாரு. யாரு வந்திருக்கா, பாரு.'

மெல்லக் கண்ணைத் திறந்தாள். 'அப்பா! எப்ப வந்தீங்க?'

'இப்பத்தாம்மா, நூன் ஃப்ளைட்டில.'

'அப்பா உங்களுக்குத் தெரியுமாப்பா?'

'தெரியும். அம்ரு கண்ணு. நீ கவலையே படக்கூடாது. எல்லாம் சரியாப் போயிடும்.'

'உங்க மாப்பிள்ளை பஸ் ஸ்டாண்டில என்னைத் தனியா விட்டுட்டுப் போயிட்டார்ப்பா.'

'அம்ரு, ப்ளீஸ், நான் வேணும்னுட்டா தனியா விட்டுட்டுப் போனேன் உன்னை?' என்றார் ப்ரொபஸர் ராம்பிரகாஷ்.

'மாப்பிள்ளை! நீங்க கொஞ்சம் சும்மா இருங்க. அவ பேசட்டும்.' ராம்பிரகாஷ் ஆத்திரத்தை விழுங்கிக் கொண்டார்.

'தனியா விட்டதும் இல்லாம காலைல பேப்பருக்குத் தகவலும் கொடுத்து, என் பேரு, இவர் பேரு எல்லாம் பேப்பர்ல வந்து... எனக்கு மானம்னு இருந்தா நாக்கைப் பிடுங்கிட்டுச் செத்துப் போயிருக்கணும். சாவலியே... சாவலியே!' அம்ரு பெரிதாக அழ ஆரம்பித்தவள், தன் தந்தையின் தோளில் சாய்ந்து, அவர் புதிய சட்டையைக் கண்ணீரில் நனைத்தாள்.

வேதாசலம் தன் கோட்டுப் பாக்கெட்டிலிருந்து கைக்குட்டையை எடுத்து அவள் கன்னத்தைத் துடைத்துக் கொடுத்து, 'மை டியர் கேர்ள், எல்லாம் சரியாப் போயிடும்னு சொன்னேனில்லை! அழுவறதால என்ன லாபம்? வாட் டாக்டர்! எப்படி இதுக்கு பப்ளிஸிட்டி வரப்போகும்?' என்றார்.

'போலீஸ்ல புகார் கொடுத்தேன். அவங்க ரிப்போர்ட்டருங்களுக்குத் தகவல் கொடுத்துட்டாங்க! போலீஸ்ல புகார் கொடுக்கக் கூடாதுன்னு சொல்றீங்களா?'

'அப்படிச் சொல்லலை. அவங்ககிட்ட பப்ளிஸிட்டி வேண்டாம்னு சொல்லியிருந்தா, ஏன் தகவல் கொடுக்கறாங்க?'

'சார், எனக்கு இதிலே முன்ன பின் அனுபவம் இல்லை. அடுத்த முறை இவ்வாறு நிகழற போது... ஸாரி! ஐ டிண்ட் மீன் இட்...'

'இவளைப் பாருங்க. ஒரு புஷ்பம் மாதிரி என் பொண்ணு! அப்படியே கசங்கிப் போயிருக்கிறா. அம்ரு, வாம்மா, இப்பவே என் கூட வந்துரு. உன்னைச் சரியா வெச்சுக்கத் தெரியலை இவருக்கு. கொஞ்ச நாள் நாம, கண் காணாத இடத்துக்குப் போயிடலாம்... கொடைக்கானல் போயிடலாம். அங்கே நிம்மதியா இருந்துட்டு...'

'வெய்ட் எ மினிட். அவளை அழைச்சுக்கிட்டுப் போறதுக்கு என் அனுமதி வேண்டாமா?'

'ஷீ நீட்ஸ் ரெஸ்ட் மாப்பிள்ளை! பீஸ் ஆஃப் மைண்ட்!'

'அம்ரு, என்னம்மா சொல்றே நீ? உங்கப்பாகூடப் போகணுமா உனக்கு?'

'அப்பா, ராத்திரி இருட்டிப் போச்சு. கார் மக்கர் பண்ண ஆரம்பிச்சிடுச்சு. இவர் என்ன பண்ணணும்? மெக்கானிக்கை அழைச்சுட்டு வரப் போனார். என்னைக் கூட அழைச்சுக்கிட்டுப் போயிருக்கலாமில்லை. அம்போன்னு விட்டுட்டு...'

'அம்ரு, நீதானே ரெண்டு பேரு பஸ்ல போகலாம்னு சொன்னே? தப்பு சார். இவ குழம்பிப் போயிருக்கா... நடந்தது இதுதான். ரெண்டு பேருமாத்தான் திரும்பி வர்றதுக்கு பஸ்ஸுக்குக் காத்திருந்தோம்...'

'பஸ் வந்ததுப்பா, என்னை முன்னால ஏற்றி விட்டுட்டு இவர், இல்லை இல்லை; இவர் முன்னால முதல்ல ஏறிக்கிட்டு என்னை முன்னே போ, போன்னு தள்ளி விட்டுட்டு பஸ் ஏறிக்கிட்டுப் போயிட்டார். அப்புறம் பக்கத்தில் ஓர் ஆட்டோ வர்றது. 'அம்மா, உங்க கணவர் பஸ்ல ஏறிட்டாரே, அடுத்த ஸ்டாண்டில் புடிச்சடலாம் ஏறுங்கன்னு...'

'அம்ரு வேண்டாம் ப்ளீஸ். இதெல்லாம் சொல்லியாச்சு!'

'இருங்க, நான் எங்கப்பாகிட்டச் சொல்லவேண்டாமா?'

ப்ரொபஸர் நெற்றிமேல் உள்ளங்கையைப் பதித்துக்கொண்டார். 'இவகிட்ட எப்படி...?'

அம்ருவின் அப்பா வேதாசலத்தின் முகத்தில் கடுப்பு தெரிந்தது. அதை விலக்கினால் அம்ருவின் சாயல் இருப்பது தெரியும். வாட்ட சாட்டமான மனிதர். நீலத்தில், கோடையிலும் கோட் அணிந்திருந்தார். ஒரு தனியார் துறையின் பிரதான சி.ஓ.வாக இருக்கும் அவர், ஏர் கண்டிஷனிலேயே எழுந்து, ஏர் கண்டிஷன் காரில் நுழைந்து, ஏஸி ஆபீஸிலிருந்து ஏஸி பிளேனில் நகரும் புள்ளி. வெளிநாடு என்பது தண்ணீர் பட்ட பாடு. அவர் தன் மகளுக்கு வந்த இந்தப் பிரச்னையைக்கூட ஒரு விதமான ஆபீஸ் மேனேஜ்மெண்ட் சிக்கல் போலத்தான் அணுகினார். டாக்டரிட மிருந்து போன் வந்தபோது, பதற்றத்தை வெளியில் யாரிடமும் காட்டிக்கொள்ளாமல் அடுத்த ஃப்ளைட் பிடித்து வந்துவிட்டார்.

'அம்ரு, கம் வித் மி! கொடைக்கானல்ல ஒரு ஜூனியர் லெவல் மேனேஜ்மெண்ட் ப்ரெய்ன் ஸ்டார்மிங் செஷன் இருக்குது. அதுக்குப் போறேன். மூணு நாள் இருப்பேன். என்கூட வந்துடு! கொஞ்சம் அமைதி கிடைக்கும். கொஞ்ச நாள் நீங்க ரெண்டு பேரும் பிரிஞ்சிருக்கிறது நல்லதுன்னு தோணுது. இல்லைன்னா அனாவசியத்துக்கு ஒருத்தரை ஒருத்தர் ப்ளேம் பண்ணிக்கிட்டு இருப்பீங்க.'

'நத்திங் டூயிங். நான் அவளை இந்த நிலையில் உங்ககூட அனுப்பத் தயாராயில்லை.'

'வாட் டு யூ மீன் மாப்பிள்ளை? அவ இப்ப இருக்கிற நிலையில?'

'நோ!'

'பிடிவாதம் பிடிக்காதீங்க.'

'உங்களுக்கு உங்க பெண்மேல் இருக்கிற அக்கறையை விட, எனக்கு என் மனைவி மேல...'

'அதான் பஸ் ஸ்டாண்டிலே ரேப் பண்ண விட்டீங்களோ? அம்ரு, கம் வித் மி. இந்தாளோட நீ இருக்கிறது ரொம்ப டேஞ்சர்.'

'டோண்ட் பி இடியாடிக் மிஸ்டர் வேதாசலம்!'

'உங்களைத் தவிர மற்ற பேர் எல்லாம் இடியட்ஸ். அப்படித் தானே ப்ரொபஸர்? அம்ரு, மை சைல்ட்! கம் வித் மி, எங்கூட வந்துடும்மா, வா!'

'அம்ரு போகாதே!'

அம்ரு அதையெல்லாம் கவனித்துக் கொண்டிருந்தவள், இரு வரும் அவள் பேசக் காத்திருக்க மெல்ல ஆரம்பித்தாள். 'அப்பா ரெண்டு பேர் இருந்தாங்கப்பா! ரெண்டு பேரு. அதில் கபன் பார்க்கில் செஞ்சுரி கிளப் இருக்கும் பாருங்க. அப்புறம் லைப்ரரி, இடது பக்கம் மண்டபம். அங்கே தரதரன்னு இழுத்துப் போய்...'

ப்ரொபஸர் ராம்பிரகாஷ், 'மை காட்! ஷட் அப்! முட்டாளே வாயை மூடு!' என்றார்.

'பார்த்தீங்களாப்பா, இப்படித்தான் திட்டறாரு!'

ராம்பிரகாஷ் தலையில் கை வைத்துக்கொண்டு பக்கத்தில் இருந்த நாற்காலியில் தொப்பென்று விழுந்தபோது, 'மே ஐ கமின்?' என்று வர்ஷாவின் குரல் வாசலில் கேட்டது.

டிராபிக் போலீஸ் கமிஷனருக்குத் தகவல் சொல்லி பெங்களூர் நகரத்தின் பல டிராபிக் போலீஸ் நிலையங்களுக்கும் ரேடியோ செய்தி கொடுக்கப்பட்டது. ஏஸிடி என்று பின்னால் துணியில் எழுதியிருக்கும் ஆட்டோ ரிக்ஷாவை எங்கே கண்டாலும் பிடித்துத் தகவல் சொல்லவும் என்று மெஸேஜ் போன அரை மணிக்குள் அந்த ஆட்டோ பிடிபட்ட செய்தி வந்தது, ஹை கிரவுண்ட்ஸ் அருகில் பிடிபட்டதாக...

தர்மராஜன் கிளம்பும்போது மற்றொரு செய்தி வந்தது. அல்சூரில் அந்த ஆட்டோ பிடிபட்டதாக. அந்தச் செய்தி முடிவதற்குள் அடுத்த ஆட்டோ மேக்ரி சர்க்கிளில், மற்றொன்று பணசங்கரியில்...

10

சோமசேகர் தர்மராஜனைப் பார்த்து, 'மொத்தம் எத்தனை ஏஸிடி?' என்றார்.

'இதுவரைக்கும் எட்டு ஆட்டோ அகப்பட்டிருக்கு!'

'ஏஸிடின்னா என்னன்னு தெரிஞ்சுதா?'

'இது கம்பெனி பேரு. ஏ. சந்திரசேகர்னு ஒருத்தர் பெட்ரோல் பங்க், டெம்போ சர்வீஸ், ஆட்டோ வாடகைக்கு விடறது, இப்படிப் பலதரப்பட்ட பிசினஸ் வெச்சிருக்காரு. ஏஸி ட்ரான்ஸ்போர்ட்டுன்னு பேரு...'

'எத்தனை ஆட்டோ இருக்காம் அவர்கிட்ட?'

தர்மராஜன் புன்னகையுடன், 'நூற்றம்பது' என்றார்.

சோமசேகர் அலுப்புடன், 'சரிதான், அத்தனையையும் இப்ப விசாரிக்கணுமா?'

'விசாரிச்சுத்தான் ஆகணும்னு நீங்க சொன்னாச் செய்யறோம். ஆனா, கொஞ்சம் நாளாகும்.'

'எத்தனை நாளானாலும் பரவால்லை. செய்துருங்க. என் டாட்டர்கிட்ட சவால் விட்டிருக்கேன், எப்படியாவது குற்றவாளியைக் கண்டுபிடிக்கிறதா. இல்லைன்னா வீட்டில என் பேர் கெட்டுப் போயிரும்' என்றார்.

தர்மராஜன் பெருமூச்சுடன் சல்யூட் அடித்து விட்டுக் கிளம்பினார். 'ஒரு நிமிஷம் தர்மு...' என்று அவரை மறுபடி அழைத்தார். 'இந்தம்மாகிட்டேயிருந்து வேற ஏதாவது விஷயம் தெரிஞ்சுக்க முடிஞ்சுதா?'

'இல்லை சார். ப்ரொபஸர் இன்னமும் கோபத்தில்தான் இருக் காரு. அவங்ககிட்டருந்து எந்தவித ஒத்துழைப்பும் எதிர்பார்க்க முடியாது. இந்தக் கேஸை, குற்றவாளியை நாம கண்டுபிடிச் சாலும் எப்படி நிரூபிக்கப் போறோம்னு மலைப்பா இருக்குது. அந்தம்மா நிச்சயம் சாட்சி சொல்ல மாட்டாங்க. அத்தனை வெறுப்பு அவங்க புருஷனுக்கு.'

'ஒரு வாரம் பொறுத்து, நான் போய்ப் பார்க்கிறேன். கொஞ்ச மாவது சமாதானம் ஆயிருப்பாரு. இல்லைன்னா கமிஷனரைச் சந்திக்கச் சொல்றேன்.'

'எனக்கு நம்பிக்கை இல்லை.'

தர்மராஜன் அங்கிருந்து புறப்பட்டு ஜீப்பில் ஏறி, சந்திரசேகரைச் சந்திக்கச் சென்றார். கண்டோன்மெண்ட் பகுதியில், சிவாஜி நகர் பஸ் நிலையத்தை அடுத்து அமைதியாக இருந்த சந்தில், வரிசை யாக மஞ்சள் நிற டெம்போக்கள் நின்றுகொண்டிருந்தன. எல்லா வற்றிலும் ஏஸிடி. எதிர் வரிசையில் ஆறு ஏழு ஆட்டோக்கள் நின்றுகொண்டிருக்க காண்டெஸா கார், மாருதி, ப்ரீமியர் என்று வகைக்கு ஒரு கார் வைத்திருந்தார். மாடியும் கீழுமாகப் பெரிய வீடு. பெரிய நாய், அங்கங்கே வேலைக்காரர்கள், காவல்காரன், ஜீப்பை நிறுத்திவிட்டு, சுற்றுமுற்றும் பார்த்து உள்ளே வந்தார். நாய் குரைத்தது.

'நாயைக் கட்டிப் போடுய்யா' என்று அதட்டினார். உள்ளே வராந்தாவில் போட்டிருந்த நாற்காலியில் உட்கார்ந்து, 'உங்க எஜமானரை வரச் சொல்லு' என்றார்.

சந்திரசேகருக்கு வயது நாற்பத்தெட்டு இருந்தாலும் தலைச் சாயம், மேனாட்டுக் கருப்புக் கண்ணாடி உதவியுடன் அதை நாற்பதுக்குக் குறைத்திருந்தார். கையில் தங்கச் சங்கிலி, கடிகாரத்தைத் தவிர, மற்ற உடைகள் யாவும் எளிதாகத்தான் இருந்தன. பணக்கார எளிமை!

'வாங்க இன்ஸ்பெக்டர், என்ன விஷயம்?'

'தெரு பூரா அடைச்சுக்கிட்டு வாகனங்களை நிறுத்தியிருக்கீங் களே, உங்களுக்கு யாரு பர்மிஷன் கொடுத்தாங்க?'

'டேய், நிஸ்சார்! தெருவிலயா டெம்போக்களை நிறுத்தியிருக் கீங்க? முட்டாளுங்களா! இதோ இப்ப நீக்கிடச் சொல்றேன். பாருங்க, கராஜ், ஏகத்துக்கு இடம் பின்பக்கத்திலேயே இருக்குது. இங்கிருந்து போரிங் ஆஸ்பிட்டல் வரைக்கும் நம்முதுதாங்க... நிஸ்சார் ஓ, காடி ஸப்கோ அட்டாவோ பாய்' என்றார்.

யாரும் கேட்காமல் கூல் டிரிங் வந்தது.

'இதைக் கேக்கவா வந்தீங்க? ஒரு ட்ராபிக் கான்ஸ்டபிளை அனுப்பிச்சிருக்கலாமே?'

'இல்லை நான் வந்தது வேறு விஷயத்துக்காக. போன வாரம் கபன் பார்க்கில் ஒரு ரேப் கேஸாயிருச்சு. பேப்பர்ல பார்த்திருப் பீங்க.'

'இல்லைங்க. எனக்கு நேரமில்லை. சொல்லுங்க. என்ன ஆச்சு?'

'யூனிவர்சிடி ப்ரொபஸர் ராம்பிரகாஷின் மனைவியை ரெண்டு பேர் ஆட்டோ ரிக்ஷாவில் கபன் பார்க்குக்குள்ள கூட்டிக்கிட்டுப் போயி பலாத்காரம் பண்ணிருக்காங்க.'

'அப்படியா! வெரி பாட்! ரொம்ப மோசம்!'

'அந்த ஆட்டோவில் பின்னால் 'ஏஸிடி'ன்னு எழுதியிருந்ததாச் சாட்சி சொல்லியிருக்கற பார்த்திருக்காரு ஒருத்தர்.'

'அப்படியா? திஸ் இஸ் சீரியஸ்!'

'எல்லா ஏஸிடி ஆட்டோகளும் உங்களுதுதானே?'

'ஆமாங்க! நிஸ்சார், அந்த ரெஜிஸ்தரைக் கொண்டு வா.'

'நீங்க எப்படி ஆட்டோக்களை வாடகைக்குக் கொடுப்பீங்க?'

'டே ஷிப்ட்டு, நைட் ஷிப்ட்டுன்னு இருக்கு. அவங்கவங்க டிரைவர்ங்க வந்து வண்டி எடுத்துக்கிட்டுப் போவாங்க. அவங்களே பெட்ரோல் போட்டுக்கிட்டு மினிமம் ஒரு நாளைக்கு எங்களுக்குக் கொடுத்துரணும். ராத்திரி என்ன நேரமானாலும் சரி, கொண்டு பங்கில விட்டுரணும். நிஸ்சார், அந்த ரிஜிஸ்தரை எடுத்து வா. இதப் பாருங்க. தினப்படி யார் யாருக்கு எந்த எந்த

நம்பர் போயிருக்குன்னு விவரம் இருக்குது. தேதி என்ன சொன்னீங்க.

தர்மராஜன் அந்தப் புத்தகத்தை வாங்கிப் பார்த்தார்.

'ஒரு நாளைக்கு எழுபது ஆட்டோ வெளியே போகுது. இதில் எதுன்னு கண்டுபிடிப்பீங்க? நம்பர் தெரிஞ்சிருந்தாலும் பரவாயில்லை.'

'நம்பர் தெரியாது. இந்தப் புஸ்தகத்தை நாளைக்குத் திருப்பிக் கொடுக்கலாமா?'

'தாராளமா.'

'உங்க கிட்ட ஆட்டோ வாடகைக்குத் தினப்படி எடுத்துப் போறவங்க பட்டியல் இருக்குமா?'

'இருக்குதே, நிஸ்சார்!'

'அதுல யார் யார் வயசானவங்க. யாரு இளைஞர்கள்னு சொல்ல முடியுமா நிஸ்சார்?'

'எல்லாருமே பெரும்பாலும் சின்னப் பசங்கதான் சார்.'

'அப்படியா?' என்று சற்று ஏமாற்றத்துடன் புறப்பட்டார்.

'வா வர்ஷா' என்று ப்ரொபஸர் ராம்பிரகாஷ் அவளைச் சற்றுத் தயக்கத்துடன் வரவேற்றார்.

'இதான் வர்ஷாவா' என்றாள் அம்ருதா.

'ஆமாம். எப்படி இருக்கீங்க. ஆண்ட்டி?'

'நான் ஒண்ணும் உனக்கு ஆண்ட்டி இல்லை. என்னைப் பேர் சொல்லியே கூப்பிடலாம். இல்லை மிஸஸ் ராம்பிரகாஷ்னு...'

'வர்ஷா, என்ன விஷயம்?'

'எச்.ஓ.டி. இதை உங்ககிட்டக் கொடுக்கச் சொன்னார்..'

ராம்பிரகாஷ் அந்தக் காகிதத்தை வாங்கிப் பார்த்தார்.

'அன்புள்ள ராம், நடந்ததெல்லாம் கேள்விப்பட்டு மனம் வருத்தப்பட்டேன். ஏதும் அவசரமில்லை. நிதானமாகவே ட்யூட்டிக்கு வரலாம். அடுத்த வாரம் போன் பண்ணிவிட்டு வந்து

பார்க்கிறேன். பார்ப்பதால் உனக்கு ஏதும் ஆறுதல் இருக்குமா என்று நிச்சயித்துக்கொண்டு. நாங்கள் யாவரும் உங்களுக்காகப் பிரார்த்திக்கிறோம். உடன் லீவு மனு...'

'இதைக் கொடுக்க வந்தியா? போஸ்ட்ல அனுப்பிருக்கலாமே!'

'வர்ஷா நீ எதுக்கு வந்தே?' என்றாள் அம்ரு.

'அம்ரு, உள்ளே போய் ரெஸ்ட் எடுத்துக்கம்மா. அவ ஆபீஸ் விஷயமா வந்திருக்கா.'

'ஆபீஸ் விஷயமாவா, இல்லை...'

வேதாசலம் 'அம்ரு, கம் வித் மீ!' என்றார்.

'இந்தப் பொண்ணு கூடத்தாம்பா இவருக்கு ரொம்ப அன்னி யோன்னியம்.'

'அம்ரு ஷட் அப்!'

வர்ஷா இதையெல்லாம் மவுனமாகக் கவனித்துக் கொண்டிருந் தாள். அம்ருவை வேதாசலம் அடுத்த அறைக்கு அழைத்துச் செல்ல, 'ஸாரி ப்ரொபஸர், தப்பான சந்தர்ப்பத்தில் வந்துட்டேன்.'

'ஆமா வர்ஷா! நான் நிலைமையைச் சமாளிக்க முடியாம திணறிக்கிட்டு இருக்கேன். நான் பண்ற எல்லாமே, நான் இந்தப் பிரச்னையை அணுகிய விதமே, தப்புன்னு நல்லாத் தெரியுது. இருந்தும் அற்பத்தனமா அவகிட்ட நடந்துக்கிட்டு இருக்கேன். கோபத்தை அடக்க முடியலை. இது ஏன் வர்ஷா?'

'உங்களாலேயே பதில் சொல்ல முடியலைன்னா நான் என்ன சொல்ல முடியும் ப்ரொபஸர்! உங்களை எப்படியும் பார்த்து ஆறுதலா ஏதாவது சொல்லணும்னு தோணிச்சு. வாங்க, வெளியே போகலாம்!'

'வேற வினையே வேண்டாம்.'

'ஏன்?'

'அம்ரு தப்பா நெனச்சுப்பா.'

'அதுக்காகப் பார்த்தா முடியுமா?'

'வர்ஷா, நீ அனுதாபத்துக்கா வந்தே?'

'இல்லை உங்களைப் பார்க்கறதுக்கு.'

'எதுக்கு?'

'எனக்கு உங்கமேலதான் அனுதாபம்!'

'அம்ருதா?'

'அவங்களை எனக்குத் தெரியாது. உங்களைத் தெரியும். உங்க மாணவி, உங்க அறிவுபூர்வமான லெக்சர்ங்களை எல்லாம் கேட்டுக் கேட்டு உங்ககிட்ட இருக்கிறதைக் கொஞ்சமாவது எனக்குள்ள வாங்கிக்கணும்ங்கற தாகத்தோட இருக்கிறவ...'

'வர்ஷா, நான் இப்ப இருக்கிற குழப்பத்தில் புதுசா நீயும் ஏதாவது சேர்க்காதே.'

'இது ரொம்பப் பழைய குழப்பம் டாக்டர்!'

வர்ஷாவை நிமிர்ந்து பார்த்தபோது, அவள் மஸ்டர்ட் நிறத்தில் அணிந்திருந்த சட்டையில் மையத்தில் 'ஆர்பி' என்று எழுதியிருந்தது. அவள் உதடுகள் ஈரமாக, மெலிதாக இருந்தன. கண்களைச் சந்திப்பது கஷ்டமாக இருந்தது. 'வர்ஷா, உன்னை எனக்குப் புரியவே இல்லை.'

'புரிந்துகொள்ள மறுக்கிறீர்கள்.'

'இந்த வேளையில் உன்னால் எப்படி இப்படி...'

'எந்த வேளையிலும் ப்ரொபஸர், நீங்கள் ஒருவர்தான் எனக்கு முக்கியம்.'

'உன்னை முதுகில் நாலு அறை அறையலாம்போல வருகிறது.'

'அறையுங்கள்!'

'க்ரேஸி கர்ள்' என்று சிரித்தார். அதே சமயம் குற்ற உணர்வு உறுத்தியது. அம்ரு அவர்கள் இருவருக்கும் தேநீர் கொண்டு வைத்தாள். 'என்ன எல்லாம் பேசியாச்சா?'

'ஆண்ட்டி, நான் அப்புறம், எல்லாம் சரியானப்புறம் வர்றேன்' என்றாள்.

'ம?'

'அதுவும் அப்புறம்' என்று புறப்பட்டாள்.

அம்ரு அவரருகில் உட்கார்ந்துகொண்டு, 'ஏன் இப்படி என்னைச் சித்திரவதை பண்றீங்க?' என்றாள்.

'என்ன செய்தேன்?'

'என் கண் முன்னாலேயே அந்தப் பொண்ணைக் கூட்டி வெச்சுக்கிட்டு மணிக்கணக்காப் பேசறீங்களே. எங்கூட பேசுங்களேன்... நான் நொந்து போய் உக்காந்திருக்கேனே?'

'உங்கூடப் பேசினா சண்டை வர்றது. மேலும் அவகிட்ட யூனிவர்சிடி விஷயமாகத்தான் பேசினேன்.'

வேதாசலம் உள்ளே நுழைந்து, 'ராம், எனக்கு ஒரு யோசனை தோணுது. நீங்க பெங்களூர்ல இருந்தாகணும்னு கட்டாயமா?'

'இல்லை.'

'உங்களுக்கு அம்ருவை என்கூடத் தனியா அனுப்பறதில விருப்பம் இல்லைதானே?'

'இல்லை.'

'நீங்களும் என்கூட வந்துருங்க. இந்த ஊரை விட்டு முதல்ல விலகலாம். சமீபகால நிகழ்ச்சிகளோட ஞாபகத்தை மறக்கணும்னா ஊரை விட்டுப் போறதுதான் நல்லது.'

'எனக்கு வேலை இருக்குது.'

'அவர் வர்ஷாவ விட்டு வர மாட்டாரப்பா.'

'ஷப் அப் அம்ரு! மாப்பிள்ளை, இவ இமோஷனலா இருக்கிற நிலையில சொல்றதையெல்லாம் பெரிசா எடுத்துக்காதீங்க. அம்ரு, ராம் லவ்ஸ் யூ, லவ்ஸ் யூ வெரி மச். தெரியுமில்லை?'

அப்போது வாசலில் ஜீப் சப்தம் கேட்டது. சோமசேகர், 'மே ஐ கமின்' என்றார்.

'ஓ ஓ தி போலீஸ்!'

அம்ருதா அவசரமா 'நான் உள்ளே போறேன்' என்று மறைந்தாள்.

'வாங்க சோமசேகர்! இவர் என் மாமனார் வேதாசலம்.'

‘உங்களை ஏதும் தொந்தரவு செய்ய வரலை நாங்க.’

‘பேப்பர்ல செய்தி போட்டதுக்காக ரொம்ப வருத்தம் ரெண்டு பேருக்கும்’ என்றார் வேதாசலம்.

‘இருக்கலாம். பேப்பர்ல போட்டதைப் பார்த்துட்டு ஒருத்தர் அடையாளம் சொல்லவந்து, குற்றவாளியைக் கண்டுபிடிக்க உதவியாத் தகவல்கள் தெரிஞ்சுருக்கு. பேப்பர்ல போடறது அதுக்காகத்தான் சார்.’

‘என்ன தகவல்?’ என்றார் ராம்.

‘ஆட்டோவுக்குப் பின்னால ‘ஏஸிடி’ன்னு எழுதியிருந்ததாம்.’

ராம்பிரகாஷ், ‘ஆ! எனக்குக்கூட நினைவு வர்றது. அன்னைக்கு ராத்திரி இவ தூக்கத்தில ஏஸிடின்னு முணுமுணுத்துக்கிட்டு இருந்தா!’

‘அப்படியா... நீங்க ஏன் சொல்லவே இல்லை?’

‘உங்களுக்கு ஏதும் சொல்லறதா இல்லை நாங்க.’

‘அத்தனை வெறுப்பா?’

‘ஆமா, ஏஸிடி! அப்புறம் என்ன?’

‘அதிலிருந்த ஆட்டோ ஓனருக்குப் போய் டிரைவர்ங்க பட்டியல் கிடைச்சுது. அதில இருந்து பத்துப் பேருக்கு லிஸ்ட்டு குறுகி, இப்ப சந்தேகம் ஓர் அஞ்சு பேர் மேல இருக்குது!’

‘அதனால?’

‘மேல ப்ரொஸீட் பண்ணறதுக்கு முன்னால உங்க மனைவிக்கு அவங்களை அடையாளம் காட்ட விருப்பமான்னு தெரியணும்!’

1

ராம்பிரகாஷ், டிஸிபி சோமசேகரைப் பார்த்து நம்பிக்கை இல்லாமல், 'நீங்க என்ன சொல்றீங்க? என் மனைவி போலீஸ் ஸ்டேஷனுக்கு வந்து கேடிங்களை அடையாளம் காட்டணுமா?' என்று கேட்டார்.

'ஆமாம்' என்றார் சோமசேகர்.

வேதாசலம் குறுக்கிட்டார். 'என்ன சார், என் பெண் பட்ட அவமானம் போதாதா? அதோட கேடிங்க மத்தியிலே வந்து...'

'சார், உங்களுக்குக் குற்றவாளியைக் கண்டுபிடிச்சு, தண்டனை கொடுக்க விருப்பமில்லையா?'

ராம்பிரகாஷ் தீர்மானமாக 'இல்லை' என்றார்.

'சார், நீங்க சொல்லுங்க. உங்க டாட்டர்தானே? அவங்களை இந்த மாதிரி அவமானத்துக்கு உள்ளாக்கினவனுக்குத் தண்டனை கொடுக்காம விட்டுர்றதா?'

'நீங்க என்ன வேணா செய்யுங்க. எங்களை இனிமே தொந்தரவு செய்யாதீங்க.'

'ரொம்ப நெகட்டிவ் ஆட்டிட்யூட் சார் இது. நாங்க என்ன கண்டுபிடிச்சு, என்ன பண்ண முடியும் சொல்லுங்க?'

'இருட்டில் முகத்தைக்கூட என் மனைவி பார்த்ததில்லை.'

'அப்படியா சொன்னாங்க?'

'அப்படித்தான்!'

'அவங்க சொன்னாங்களா?'

'ஆமாம்!'

'அவங்களைக் கேக்கலாமா நானு...'

'மிஸ்டர் சோமசேகர்! இப்ப நீங்க போறிங்களா!'

'கொஞ்சம் ஒத்துழைச்சா...'

'என்ன ஒத்துழைக்கணும்?' என்று அம்ரு அடுத்த அறையிலிருந்து வெளியே வர, சோமசேகர் எழுந்து மரியாதையாக நின்றார். 'குட் ஈவினிங் மிஸஸ் ராம்பிரகாஷ்' என்றார். டாக்டரும் அம்ருவின் தந்தையும் சற்றே அதிர்ச்சியுடன் பார்த்துக்கொண்டிருக்க, அம்ருதா 'என்ன வேணும் உங்களுக்கு?' என்றாள்.

'முதல்ல ஒண்ணு தெரியணும். நடந்தது என்னவோ நடந்து போச்சு. இதனால் பலத்த மனக் காயம்தான். ஒப்புக் கொள்கிறோம். இருந்தாலும் உங்களுக்கு அத்தனை தீங்கு இழைத்தவனை... இப்படிப்பட்ட மன வருத்தம் தந்தவனைச் சும்மா விட்டுடணுமா? தண்டனை கொடுக்கணுமா? சொல்லுங்க.'

'தண்டனை கொடுக்கணும்!' என்றாள் அம்ருதா.

'அம்ரு!'

'இருங்க... அப்படித் தண்டனை கொடுக்கறதுக்கு உங்க ஒத்துழைப்பு வேண்டும். ஆட்டோ ரிக்ஷாக்காரங்க சுமார் பத்துப் பேரைச் சந்தேகப்படறோம். அவங்களை நீங்க பார்த்து யாருன்னு அடையாளம் காட்ட முடிஞ்சால் நல்லது. விவரம் மேற்கொண்டு நாங்க பார்த்துப்போம்.'

'என்ன பார்த்துப்பீங்க?'

'குற்றத்தை ஒப்புக்க வெச்சுரலாம். பயப்படாதீங்க. நீங்க அவங்களைப் பார்க்கலாமே தவிர, அவங்களால உங்களைப் பார்க்கமுடியாது.'

'அம்ரு, அதெல்லாம் தேவையில்லைம்மா.'

அம்ருதா, பிடிவாதமாக, 'தேவைதான்! சார், எனக்குச் சம்மதம் தான். எப்ப வரணும் சொல்லுங்க?' என்றாள்.

'இப்பவே.'

ராம்பிரகாஷ் பதற்றத்துடன், 'சார், சோமசேகர்! ஒரு நிமிஷம்' என்று அவரை வாயிற்பக்கம் அழைத்துச் சென்றார்.

'கொஞ்ச நாட்களாகவே இந்தச் சம்பவம் நிகழ்ந்ததில் இருந்து என் மனைவி கொஞ்சம் க்ராங்க்கியா நடந்துக்கிறா. முதல்ல பேப்பர்ல செய்தி வந்ததுக்காக ரொம்ப வருத்தப்பட்டா. அப்புறம் போலீஸ் மூஞ்சியிலேயே விழிக்க மாட்டேன்னா. இப்பவானா உங்க கூட வர்றேன்கறா. அவ இப்ப இருகிற மன நிலையில் அவளால் ஒரு ஐடெண்டிட்டி பரேடில் அடையாளம் கண்டு சொல்ல முடியுமாங் கறது சந்தேகம். தப்பா யாரையாவது காட்டிட்டு, நீங்க பாட்டுக்கு ஒரு நிரபராதியைக் காச்சு காச்சுன்னு காச்சி...'

'அதெல்லாம் நடக்காது சார்.'

'அவ வர மாட்டா' - இப்போது குரலில் வலிமை தெரிந்தது.

'சரின்னு சொன்னாங்க.'

'என் அனுமதி இல்லாம அவளை நீங்க அழைச்சுக்கிட்டுப் போயிட முடியுமா?'

'முடியாதுதான். இருந்தாலும், நீங்க ஒத்துழைச்சா...'

'எப்ப ஒத்துழைக்கறதுங்கறது எனக்குத் தெரியும்.'

அம்ரு அப்போது வாயிற்பக்கம் வந்து நின்றாள். 'நீங்க எப்ப என்னை அழைச்சுக்கிட்டுப் போவீங்க? எனக்கு அவனைப் பகல் நேரத்தில் பார்க்க ஆசை. பார்த்து கன்னத்தில் இரண்டு அறை... அப்புறம் அப்படியே அவனைக் கிழிச்சு...'

'அம்ரு, அவர் நாளைக்கு வருவார்.'

'ஏன் இப்பப் போக முடியாதா?'

சோமசேகர் ஒரு தீர்மானத்துக்கு வந்தவர்போல், 'மிஸஸ் ராம்பிரகாஷ், இப்பகூட பரேடுக்குப் போகலாம். ஆனால், உங்க கணவர்தான் உங்களை அனுப்ப மாட்டேங்கறார்.'

'அப்படியா?'

அம்ருதா தன் கணவனைக் குற்றம் சாட்டும் வகையில் பார்த்தாள். 'என்னைக் காப்பாத்தலை நீங்க. போலீஸுக்காவது உதவ லாம்னா அதுக்குக் குறுக்கே வர்றீங்களே?'

ப்ரொபஸர் தனக்கு வந்த கோபத்தை அடக்கிக்கொண்டு பேசினார். 'அம்ரு, நீ இப்ப அதுக்குத் தயாரா இல்லை. டாக்டர் பத்மினி சொன்னாள். உன்னை இந்த மனநிலையிலே அந்தச் சூழ்நிலைக்கு எக்ஸ்போஸ் பண்ணினா இன்னமும் மனசு வாடிப் போய்...'

'அதெல்லாம் சும்மா கதை. இந்த மாதிரி சொல்லிச் சொல்லியே ப்ரொபஸர் என்னை வீட்டு வாசப்படி தாண்டாம பத்திரமா வெச்சிருக்கார் சார். நானும் பைத்தியக்காரி மாதிரி இவர் சொன்னதுக்கெல்லாம் தலை ஆட்டிக்கொண்டு வீட்டோடேயே கிடந்திருக்கேன்.'

சோமசேகர் ப்ரொபஸரைப் பார்க்க, அவர் அலுப்புடன், 'ஆல் ரைட், நீ போய்ட்டு வாம்மா. உன்னை நான் எந்த விதத்திலேயும் கட்டுப்படுத்த விரும்பலை' என்றார்.

'நான் மட்டும் எப்படித் தனியாப் போவேன்? நீங்களும் வந்தாகணும். அன்னைக்குத் தனியா விட்டுட்டுப் போய் நான் அல்லல்பட்டது போதும்.'

'பார்த்தீங்களா சார்! என்ன ஒரு இம்பாஸிபிள் உமன் உங்க டாட்டர்னு?'

வேதாசலம் சமாதானமாக, 'இந்த வேளையில கொஞ்சம் அப்படித்தான் இருப்பா. டோண்ட் மைண்ட் ஹர்' என்றார்.

'வர்றீங்களா?' என்றார் சோமசேகர்.

'இவர் ஒருத்தர்ப்பா' என்று முணுமுணுத்துக்கொண்டே ராம் பிரகாஷ் புறப்பட ஆயத்தமானார்.

கமிஷனர் அலுவலகத்தின் பின் பகுதிக்கு அவர்கள் மூவரும் அழைத்துச் செல்லப்பட்டனர். சோமசேகர் முன்னால் ஜீப்பில் வர, அவரைத் தொடர்ந்து ராம்பிரகாஷ், வேதாசலம், அம்ரு மூவரும் மாருதியில் வந்தனர். மாலை மழை வருவதற்கான ஆயத்தமாகக் காற்று வீசி, மேகங்கள் லேசாகச் செருமின. ஒயர்லஸ் நிலையத்திலிருந்து ஓர் அதிகாரி வந்து சோமசேகரிடம் ஒரு செய்தியைக் கொடுக்க, அவர் அதைப் படித்து விட்டு, 'இதோ ஓர் அரை

மணியிலே வர்றேன்பா. ரிப்ளை அனுப்பிச்சுரலாம். ஸிபிகிட்ட சொல்லிடு' என்றார். 'வாங்கம்மா' என்றார் அம்ருவிடம்.

அம்ரு பதற்றத்துடன் அவர் அறைக்குள் சென்று உட்கார, வாயிலில் பலர் அவரைப் பார்க்கக் காத்திருந்தனர். ராம்பிரகாஷ், 'இதச் சீக்கிரம் முடிச்சுட்டா நல்லது' என்றார். பல கான்ஸ்டபிள்கள் உள்ளே வந்து விறைப்பாக சல்யூட் அடித்து விட்டு அவரிடம் ஃபைல்களில் கையெழுத்து வாங்கிக்கொண்டு சென்றனர். அவர் மேசைமேல் இருந்த டெலிபோன் ஒலித்துக் கொண்டிருந்ததைக் கவனிக்கவே இல்லை. டிஸிபியின் அறைக்குப் பின்புறத்தில் இருந்தது அந்த அறை. சிவப்பாகக் கயிற்றுப் பாய் விரித்திருந்தது. சன்னல்போல ஒரு பகுதி அடுத்த அறையைப் பிரித்தது. அந்த அறையில் வெளிச்சம் அதிகமாக இருக்க, இந்த அறை பாதி இருட்டில் இருந்தது. 'மிஸஸ் ராம்பிரகாஷ், இங்கிருந்து பார்த்தா, அந்த ரூம்ல இருக்கிறவங்க யாரும் உங்களைப் பார்க்க முடியாது. சோதிச்சுப் பார்க்கிறீங்களா, வேணும்னா?' என்றார்.

'வேண்டாம்.'

'இப்ப அஞ்சு அஞ்சு பேரா ரெண்டு பேட்ச்சு ஆளுங்களை அழைச்சுக்கிட்டு வருவோம். அவங்களைப் பார்த்து அடையாளம் சொல்ல முடியுமா, பாருங்க.'

'சரி' என்றாள் அம்ரு. அவள் கரங்கள் லேசாக நடுங்குவதை ராம்பிரகாஷ் கவனித்தார். அவளை அணுகி, 'பயப்படாதே அம்ரு. நான் கூடவே இருக்கேன்' என்று கையைப் பற்றித் தடவிக் கொடுக்க, வேதாசலமும் அவள் முதுகைத் தடவிக் கொடுக்க, 'உட்காருங்க, ரிலாக்ஸ்டா இருங்க, இதில் லீகலா எதுவும் இல்லை. எதிலயும் கையெழுத்து போடவோ, ஸ்டேட்மெண்டு கொடுக்கவோ வேண்டாம்' என்றார் சோமசேகர்.

அப்போது முதல் ஐந்து இளைஞர்கள் அறைக்கு உள்ளே கொண்டு வரப்பட்டார்கள். 'ஏனு சார், இது அன்யாயா' என்று ஒருத்தனும், மற்றொருத்தன் முறைப்பாகக் கழுத்தில் கர்ச்சீப் கட்டிக் கொண்டும், ஒருத்தன் சிரிப்பாகவும், ஒருத்தன் சந்தேகப் பார்வையாகவும், ஒருத்தன் பயப் பார்வையாகவும் இருந்தான். ஐவரும் இளைஞர்கள். ஒருத்தன் காக்கிச் சீருடையில் இருந்தான். சற்று நேரம் திக்குத் தெரியாமல் மேலும் கீழும் வாயிற்பக்கமும் பார்த்துக் கொண்டிருந்தார்கள். அம்ரு அவர்களைப் பார்த்தபோது தன் கணவனின் கையை இறுகப் பற்றிக்கொண்டாள்.

'என்ன அம்ரு?' என்றார் டாக்டர்.

'சொல்லுங்க. இவங்கள்ள யாராவது...'

'சொல்லு அம்ரு...'

அம்ரு சற்று நேரம் கணவனைப் பிரமிப்புடன் பார்த்தாள்.

'என்ன?'

'யாரைப் பார்த்தாலும் அவன் மாதிரி இருக்கு!'

டாக்டர் ராம்பிரகாஷ் சோமசேகரைப் பார்த்து, 'கேட்டீங்களா? நான் சொன்னேனே என் பேச்சைக் கேட்டீங்களா? இவ ஐடெண்டிஃபை பண்ற நிலையில இல்லை சார்!' என்றார்.

'ஒரு நிமிஷம்! மிஸஸ் ராம்பிரகாஷ்! நீங்க ஏன் அப்படி நினைக்கறீங்க?'

'இவங்க எல்லாரும் ஒரே மாதிரித்தான் இருக்காங்க.'

'இருக்கலாம். இது கொஞ்சம் டிஃபிகல்டுதான். இருந்தாலும்... அவங்களைப் பேசச் சொல்லட்டுமா? குரல் ஞாபகம் இருக்குமா?'

'தமிழ் பேசினான்.'

'அஞ்சு பேரும் தமிழ்தான் பேசுவாங்க! கான்ஸ்டபிள் அவங்களைப் பேச வைங்கப்பா!'

'யோவ்! பேசுங்கப்பா.'

அவர்கள் ஒருவரை ஒருவர் பார்த்துச் சிரித்து, 'பேசிக்கிட்டுத்தான் இருக்கோமே!' என்றனர்.

'இல்லை! ஏதாவது தொடர்ந்து ரெண்டு மூணு வாக்கியம் பேசுங்கடா...' என்றார்.

அவர்கள் மௌனமாக இருக்க, அதட்டினார்கள்.

'என்ன பேசறது?'

'எம்.ஜி.ஆர். வாள்க' என்றான் ஒருத்தன்.

மற்றவர்கள் எல்லோரும் 'எம்.ஜி.ஆர். வாள்க' என்றனர்.

'இல்லைடா இப்படிப் பேசுங்கடா! அம்மா உங்களை வீட்டாண்டை ஆட்டோவிலே கொண்டு விட்டுரலாங்களா?'ன்னு சொல்லுடா, சாவு கிராக்கி!'

'அம்மா உங்களை வீட்டாண்டை கொண்டு ஆட்டோவிலே... அப்புறம் என்ன சொன்னீங்க?'

'நாசமாப் போச்சு!'

'நாசமாப் போச்சு!' என்று சிரித்தான். கோபம் கொண்ட கான்ஸ்டபிள் அவன் அருகில் வந்து தாடையை ஒரு கையால் பிடித்து அழுத்தினான்: 'ஏனய்யா! போலீஸ்கிட்டே உடுகாட்டா ஆடறியா?' கொஞ்சம் கொஞ்சமாக அவன் கழுத்தை உயர்த்திக் கொண்டே போய் தள்ளு தள்ளினான். அவன் தன் முகவாயைத் துடைத்துக்கொண்டான். கண்ணில் கண்ணீர் தென்பட்டது. இருமினான்.

'அடுத்த அஞ்சு பேரைக் கொண்டாய்யா, சீக்கிரம் முடிச்சுரலாம்' என்றார் சோமசேகர்.

பாபு என்று செல்லமாக அழைக்கப்பட்ட ஜெய்சங்கரும், 'தாஸ்' என்றும் 'கடி' என்றும், 'பால் குண்டு' என்றும் அழைக்கப்பட்ட ரத்தினவேலனும் சந்திரசேகரின் கராஜில் ராத்திரிக்கு ஆட்டோ எடுக்கச் சென்றபோது, மேனேஜர், 'டேய், உங்க ரெண்டு பேத்தையும் போலீஸ்ல வரச் சொல்லியிருக்காங்க!' என்றார். அவர்கள் இருவரும் ஒருவரை ஒருவர் பார்த்துக்கொள்ள, 'ஏதோ கபன் பார்க்கில் கற்பழிப்பாயிருச்சில்ல... நம்ப கம்பெனி ஆட்டோதான்னு யாரோ ஒரு... மகன் அடையாளம் சொல்லப் போயி, ஒவ்வொரு ஆட்டோ டிரைவரா விசாரிச்சுக்கிட்டு வர்றாங்க!'

'அப்படியா? தாங்க்ஸ்ங்க அண்ணே.'

அவர்கள் ஆட்டோவைத் தெருவில் கொண்டு வருவதற்கு முன் காற்றின் அழுத்தத்தைச் சரி பார்க்கும்போது, 'டேய் பால்குண்டு, மாட்டிக்கிடுவோமா?' என்றான் பாபு.

'ஹ! என்னைப் பிடிக்க அமெரிக்காவிலேர்ந்து போலீஸ் வந்தாலும் முடியாது!' என்றான் பால்குண்டு.

'கொஞ்ச நாள் தலைமறைவா இருக்கலாம்.'

12

பால்குண்டு என்கிற ரத்தினவேலு அலங்கார் ஹேர் டிரஸ்ஸிங் சலூனுக்குள் நுழைந்தவுடன் கத்தரிக் கோல் போட்டுக் கொண்டிருந்த பையன் ஒரு சீப்பை எடுத்து அதை பிரஷ்ஷால் சுத்தம் பண்ணி அவனிடம் கொடுக்க, பால்குண்டு தலை சீவிக் கொண்டான். கண்ணாடியில் தன்னைப் பார்த்தபடியே, 'ஏன் குரு ஏகிதிரா' என்று விசாரித்தான். பால்குண்டுவுக்குப் பத்தொன்பது வயசு. படிப்படியாகத் தலைமுடி வளர்த்திருந்தான். வருஷத்துக்கு இரண்டு மூன்று தடவைதான் சீவுவான் போல. அரைக் கை சட்டையைக் கால் கையாகச் சுருட்டிய இடத்தில் தாயத்து கோத்த முறுக்குக் கயிறு அணிந்திருந்தான். தேகப் பயிற்சிகள் செய்ததால் வலுவாக இருந்த தசைகளை ஒரு முறை தடவிக் கொண்டு 'பாபு வந்தானா?' என்று கேட்டான்.

'இல்லைங்க.'

'மகன் வர்றதாச் சொல்லிட்டு எங்கேடா போயிட்டான்? பாபு வந்தா சொல்லு, பால்குண்டு தேடிக் கிட்டிருந்தான்னு சொல்லு!'

'சரி குரு.'

பால்குண்டு அனுமந்த நகரின் சுறுசுறுப்பான தெருவில் இறங்கி நடந்தபோது எதிரே பாபு தென்பட்டான். 'ஏண்டா லேட்டு?' என்று வினவினான்.

'வண்டியை விட்டு வர நேரமாயிடுச்சு, குரு!'

'ராத்திரி மறுபடி போவோமா?'

'வேண்டாம் குரு. போலீஸ்காரங்க நம்மை விசாரிக்கக் கூப்பிட்டுக்கிட்டு இருக்காங்க. மேனேஜரு சொன்னாரு! தமிழ் பேசறவங்க அத்தனை பேத்தையும் வரச் சொல்லிப் பட்டியல் போட்டிருக்காங்களாம்.'

'அப்படியா?'

'அய்யோ, உனக்கு அக்கா தங்கச்சி இல்லையாய்யா?'

'இல்லை!'

'கொல்லாதே! கொல்லாதே!'

'கொல்றதா கண்ணு, உங்கிட்ட என்ன இருக்குன்னு காட்டிர்றியா?'

'குரு! வேண்டாம் குரு!'

'சும்மார்றா... மவனே!'

'என்ன யோசிக்கிறே?' என்றான் பால்குண்டு.

பாபு 'ஒண்ணுமில்லை' என்றான்.

'ராத்திரி வண்டி எடுத்துட்டு வா! இந்த முறை இள வயசாப் பார்க்கலாம்!'

'வேண்டாம் குரு! கொஞ்ச நாளைக்கு போலீஸ் விசாரணை முடியறவரைக்கும் வண்டியே எடுக்காம இருந்தா நல்லது!'

'பயப்படறியா பாபு? ஆறிலயும் சாவு. நூறிலயும் சாவு. தெரியுமில்லை?' பாபுவைப் பால்குண்டு கன்னத்தில் தட்டி, 'என்ன ஆளு நீ! போய் பைசா கொண்டு வா' என்றான்.

'பைசா இல்லை பாபு!'

'திருடிட்டு வா.'

'எங்கேன்னு திருடுவேன்? முதலாளிக்கே நூற்றைம்பது ரூபா பாக்கி!'

'ஒரு நாள்ல சம்பாதிச்சுரலாம் இல்லை, அப்புறம் என்னா நியூஸ் போட்டிருக்கான் நம்மைப் பத்தி பேப்பர்ல?'

‘கன்னடா பேப்பர்ல நிறைய வந்திருக்குதாம்.’

‘யாராம் அவ?’

‘ப்ரொபஸர் பொண்டாட்டியைப் போய்ப் புடிச்சோம் குரு.’

‘அப்படியா? அதான் இங்கிலீசுல கத்திச்சாமா? சொல்லுரா எங்கெங்கெல்லாம் தொட்ட?’

‘பாபு மௌனமாக இருந்தான்.

‘கத்தக் கத்த ஒரு மாதிரி வெறி ஏறிச்சில்லை? கொடுக்கிற மாலை உறிஞ்சிப் பாரு! அதுக்கப்புறம் இன்னும் வேகம் பொறப்படும், ரூபா மறந்துராதே!’

பாபு நாற்பத்து மூன்றாம் நம்பர் பிடித்து மைசூர் பாங்க் சர்க்கிள் சிக்னலில் இறங்கிக்கொண்டான். அவின்யூ ரோடில் நடந்து சந்தில் நுழைந்து மற்றொரு சந்தில் நுழைந்தான். புடைவை களுக்குச் சாயம் போட்டுக் காய வைத்திருந்தார்கள். ஷெட்டில் பெண்களுக்கு உள் பாடிகளும் பையன்களுக்குப் பட்டா பட்டி டிராயர்களும் தயாரிக்கும் தொழிற்சாலையைக் கடந்து மாடிப் படி ஏறிச் சென்றான். அறைக் கதவு திறந்திருந்தது. பாபு உள்ளே நுழைய அவன் தாய் மல்லாந்து படுத்துக் கொஞ்சம் வாய் திறந்து தூங்கிக்கொண்டிருந்தாள். அலமாரியில் பவுடர் டப்பாவுக்குள் சாமர்த்தியம்போல அவள் அடைத்துவைத்திருந்ததைத் திறந்து இரண்டு பத்து ரூபாய் எடுத்துக்கொண்டபோது அம்மா சட்டென்று எழுந்து அவன் கையைப் பிடித்தாள். ‘ராஸ்கல்! திரியும் திருடத் தொடங்கிட்டியா?’

‘விடு விடு’ என்று முரட்டுத்தனமாக அவளை நீக்கப் பார்த்தான். அம்மா விடாமல் அவன் கன்னத்தில் பட்டென்று அறைந்தாள்.

‘உருப்படுவியா? என்ன கஷ்டப்பட்டுக் கண் முழிச்சுச் சம்பாதிச்சு சேர்த்து வெச்சா சூறையாடுவியா?’ என்றாள்.

‘இல்லை. அவசியமாச் செலவு இருக்குது. ஸ்பார்க்கு பிளக்கு வாங்கணும்!’

‘பொய்யி! அந்தப் பாழாப் போற பால்குண்டுகூடச் சுத்தறதுக்கு! எங்கே அவன்?’ என்று சன்னல் வழியாக எட்டிப் பார்த்தாள். அம்மாவைப் பார்க்க வெறுப்பாக இருந்தது. அவள் கன்னத்தில்

பாளமாக இருந்த பருக்களை மறைக்க பலமாக பவுடர் அப்பி யிருந்தாள். நெற்றிக்குப் பொட்டும், மார்பை மறைப்பதில் அலட்சியமும், காலுக்கு இந்த வயதில் கொலுசும் அவள் 'கஷ்டப்பட்டுக் கண் விழித்துச் சம்பாதிப்பது எப்படி?' என்பதை விளக்கின.

'பணம் வேணும்னா கேட்டு வாங்கிக்க.'

'தா.'

'எதுக்கு?'

'சொன்னேனில்ல?'

'யம்மாடி! லட்சுமி கண்ணு!'

'வாங்க பெரியப்பா!'

பெரியப்பா என்றது பாபுவின் தாய்க்குப் பெரியப்பாவும் இல்லை, சித்தப்பாவும் இல்லை. சீனிவாசுலு பாபுவைப் பார்த்து, 'நல்லாருக்கியா பாபு? ரிக்ஷா எல்லா ஓடுதா?' என்றார்.

'உன் தலை' என்றான். அதை மதிக்காமல் சிரித்து, பாபுவின் தாயைப் பார்த்து 'வர்றியா?' என்றான்.

'இந்த வேளையிலயா?'

'இதுக்கெல்லாம் வேளையா? பார்ட்டி ஏழரை மணி பஸ்ஸைப் பிடிச்சு சிமோகா போவுதாம். அதான் அவசரம்.'

'இப்பத்தான் தூங்கி எந்திரிச்சேன் பெரியப்பா!'

'சரி. காத்திருக்கேன்' என்று பெரியப்பா அறையிலிருந்த 'தினச் சுடரை' எடுத்து வாசிக்கத் தொடங்கினார்.

'ஏம்பா, உம் மாதிரி ஆட்டோக்காரன்தான் கற்பழிப்பில் சம்பந்தப் பட்டிருக்கிறதா போட்டிருக்கு?'

'உன் தலை!'

'பெரியப்பாகிட்டே அப்படியெல்லாம் பேசாதே பாபு!'

பாபுவின் தாய் அவன் முன்னால் தாவணியை அகற்றி நீக்கி உதறி விட்டு, கருநீல நைலான் சாரிக்கு மாற்றிக்கொண்டு முகம் கழுவி கண்ணுக்கு மை தீட்டிக்கொண்டாள்.

இருள் வரும் நேரம் ✸ 93

'இதுக்கெல்லாம் அதிக நேரமாக்காதே லட்சுமி! பார்ட்டிக்கு இதையெல்லாம் பார்க்க நேரமில்லை!'

'எங்கே போகணும்?'

'வெங்கடேஸ்வரா லாட்ஜுதான்!'

பாபுவின் அம்மா புறப்படும்போது, 'பாபு நீ பொறப்படறப்ப கதவைப் பூட்டிக்கிட்டு சாவியைத் தையக்காரங்கிட்ட கொடுத்துடு. அடுப்பில ரெண்டு தோசை வெச்சிருக்கேன். டிகாக்ஷன் போட்டிருக்கேன். பாக்கெட் பாலு வந்ததும் காப்பி போட்டுச் சாப்பிடு. வந்துடுவேன். ராத்திரி டூட்டிக்குப் போவியா?'

'போவலை.'

'ஏன், உடம்பு ஏதாவது சரியில்லையா?'

'இல்லை... ஆமாம்...'

அம்மா ஆட்டோவில் ஏறிக்கொள்வதைப் பார்த்தான் பாபு. உள்ளே வந்து கண்ணாடியில் தன்னைப் பார்த்துக்கொண்டான். கன்னத்தில் காயம் இன்னமும் வலித்தது.

'அய்யோ, அய்யோ, அய்யோ.'

'பாரு, கூப்பாடு போட்டுப் பயனே இல்லை. இன்னும் கத்து கத்து, சொல்றேன்!'

'சும்மாயிருக்கியே, வா, வந்து புடி. ரெண்டு கையையும் வச்சு அழுத்திட்டு.'

'யாரோ வர்றாங்க!'

'கவலையே படாதே. ரத்தினவேலு இதுக்கெல்லாம் அஞ்சமாட்டான்!'

பனியனைக் கழற்றிக் கழுத்தில் சுற்றிக்கொண்டு மூச்சுத் திணறுவதை ஆர்வமாகப் பார்த்துக் கொண்டிருக்கையில் தன் கையால் அவள் கைகளை அழுத்திப் பிடித்துக் கொண்டிருக்கையில் ரத்தினவேலுவின் பெரிய மூச்சு கேட்கையில் அந்தப் பெண்ணின் கரங்கள் மெதுவாக இறங்கி லேசான முனகலும் செத்துப் போக,

'ஏய், கொன்னுட்டியா?'

'இல்லைடா, தொட்டுப் பாரு, மூச்சு கேக்குது பாரு, தொட்டுப் பாரு! படபடன்னு இதயம் அடிச்சுக்கலை? இப்ப உம்முறை!'

'வேண்டாம் குரு.'

'ஏண்டா?'

'ஆய்டிச்சில்லை, வேண்டாம்! எனக்கு வேண்டியது கிடைச்சிருச்சு!'

பாபு தன் அலமாரியில் போய் குடை, இஸ்திரிப் பெட்டி... நின்று போன கடிகாரம், இவற்றுக்கு இடையில் இருந்த அந்தச் சின்னப் பெட்டியை எடுத்துத் திறந்து பார்த்தான். ஒரு சிறிய தங்க மோதிரம்! அதைப் பத்திரப்படுத்திக் கொண்டான். அதில் 'ஏ' என்று எழுதியிருந்தது!

'எப்பலேர்ந்து காணோம்ங்க மோதிரத்தை?' என்றார் தர்மராஜன்.

'சம்பவம் நடந்த தினத்திலிருந்து.'

'தங்கமா?'

'ஆமாங்க, ஒண்ணரை பவுன் இருக்கும்!'

'அம்ரு, ஆர் யூ ஷ்யூர்? நீ அதை அன்னைக்குப் போட்டுக்கிட்டு வந்தியா?'

'அன்னைக்கு நிறையவே நகை போட்டிருந்தேனில்லை! நீங்க கவனிச்சிருக்க மாட்டீங்க.'

'அதில் ஏதாவது எழுதியிருந்ததா?'

'எனாமல்ல 'ஏ'ன்னு எழுதியிருக்கும்!'

'அன்னைக்குப் பரேடில பார்த்தீங்களே, அவங்கள்ள அவன் இல்லைன்னு தீர்மானமாச் சொல்லிட முடியுமா?'

'இன்ஸ்பெக்டர்! எத்தனை முறை நீங்க இந்தக் கேள்வியைக் கேட்பீங்க?'

'ப்ரொபஸர் சார், கொஞ்சம் பொறுமையா இருந்தீங்கன்னா குற்றவாளியைக் கண்டுபிடிச்சு...'

'வீ டோண்ட் வாண்ட் தட்! குற்றவாளியைக் கண்டு பிடிக்கணும்ங்கிற அவசியமே இல்லை எங்களுக்கு!'

'உங்களுக்கு அவசியம் இல்லை. எங்களுக்கு உண்டு சார்! மிஸஸ் ராம்பிரகாஷ்.'

'எனஃப் இஸ் எனஃப், அம்ரு உள்ளே போ!'

தர்மராஜன் வருத்தப்படாமல், 'அப்ப அடுத்தது எப்ப வர்றது?'

'வராதீங்க, போங்க.'

'ரொம்பச் சிக்கலாக்கறீங்க கேஸை நீங்க! என்னால உங்க மனைவியை கோர்ட் விட்னஸா அழைக்க முடியும்!'

'என்ன வேணா செய்துக்கங்க. இப்ப அவளை ஆளை விடுங்க, போதும்!'

தர்மராஜன் கொஞ்ச நேரம் அவரைப் பார்த்து விட்டு, 'எனிவே மிஸஸ் ராம்பிரகாஷ், நான் உங்களை அதிகம் தொந்தரவு பண்ண விரும்பலை. மோதிரம் காணாமப் போனது அந்தத் தேதிதான்னு தீர்மானமாச் சொல்ல முடிஞ்சா நல்லது' என்றார்.

வேதாசலம், 'இன்ஸ்பெக்டர், கொஞ்சம் தனியா வர்றீங்களா?'

'அப்புறம் சந்திக்கலாம், வர்றேன்' என்று புறப்பட்டார்.

'ஏன் போலீஸ்காரங்களை ரெண்டு பேரும் சேர்ந்து விரட்டிட் டீங்க?' என்றாள் அம்ரு. அவர் போனதும், 'எனக்கு என்ன செய்றதுன்னே புரியலை அம்ரு. அதுதான் உண்மை. நீ போலீஸ் கூட ஒத்துழைக்க விரும்பறியா?'

'ஆமாம்!'

'எதுக்கு?'

'எனக்கு அவனை வெளிச்சத்தில் பார்க்கறதுக்கு ஆசையா இருக்கு!'

வேதாசலத்தைப் பார்த்து விரக்தியுடன் சிரித்தார் ப்ரொபஸர். 'அம்ரு, இதுதான் காரணமா? அவனை நீ பார்க்க விரும்பறதுதான் காரணமா? தண்டனை ஏதும் வேண்டாமா?'

'வேண்டாம்... பார்த்தாப் போதும்.'

'நட் கேஸ்' என்றார்.

‘பார்த்தீங்களாப்பா... என்னைப் பைத்தியமாக்குகிறார்.’

‘அம்ருதா!’ வேதாசலம் அவள் அருகில் வந்து தலையைத் தடவிக் கொடுத்து, ‘உனக்கு ரெஸ்ட்டு தேவைன்னு நானும் நெனைக்கறேன்’ என்றார்.

‘அப்பா! நீங்களும் ஆரம்பிச்சிங்களா, அவர்கூட சேர்ந்துக்கிட்டு! என்னையும் பைத்தியம் ஆக்கிராதீங்கப்பா!’

‘இல்லைம்மா, இல்லை, நான் அந்த மாதிரி செய்வேனா?’

அப்போது டெலிபோன் ஒலிக்க, ராம்பிரகாஷ் அதை எடுத்தார்.

‘நான் சோமசேகர் பேசறேன். தர்மராஜன் இருக்காரா, அங்கே?’

‘கிளம்பிப் போயிட்டாரு.’

‘நான் உங்க மிஸஸ்கூட ஒரு வார்த்தை பேசலாமா?’

‘கூடாது! நோ!’

‘இன்னும் கோபம் தீரலையா? ஒரு விஷயம் நீங்களே அவங்க கிட்டே கேட்டுச் சொல்ல முடியுமா?’என்றார்.

‘என்ன?’ என்றார் அலட்சியமாக.

‘பாபுன்னு ஏதாவது பேரு அவங்க பேசிக்கிறப்ப காதில் விழுந்ததான்னு கேக்கறீங்களா?’ என்றார் சோமசேகர்.

13

தர்மராஜன் ஏஸிடி காரஜில் விசாரிக்க மறுபடி சென்றபோது நிஸ்சார், முதலாளி மங்களூர் போயிருப்பதாகச் சொன்னான்.

'நிஸ்சார், இந்த லிஸ்ட்டில் இருக்கறவங்க எல்லாரும் வண்டி எடுக்க வந்தாங்களா?'

நிஸ்சார் அவர் கொடுத்த பட்டியலைப் பார்த்து, 'வந்தவங்க எல்லார்கிட்டேயும் சொல்லியிருக் கேன். போலீஸ் ஸ்டேஷனாண்டை வந்து ரிப்போர்ட் கொடுக்கும்படியா... அந்தப் பாபு பய ஒருத்தன் தான் இன்னமும் வண்டி எடுக்க வரலை. உடம்பு கிடம்பு சரியில்லையோ என்னவோ?'

'தமிழ் பேசற பையனா?'

'தமிழு, கன்னடம் இரண்டும் பேசுவான்.'

'சின்னப் பையன்?'

'ஆமாம்.'

'எங்க இருக்கான், விலாசம் சொல்ல முடியுமா?'

'ரிஜிஸ்தரைப் பார்த்துத்தான் சொல்லணும்.'

'பார்த்துச் சொல்லுங்க.'

'அவனைச் சந்தேகப்படறிங்களா? ரொம்ப சாது சார். உடம்பு கிடம்பு சரியில்லாமதான் இருக்கணும். அதான் வண்டி எடுக்க வரலை.'

‘சரி. அவன் வந்தாச் சொல்லுங்க. அப்புறம் அவன் விலாசம்...’

‘பாத்து எடுத்து வெக்கறேன் சார்.’

தர்மராஜன் சோமசேகரிடம் சென்றபோது, ‘இவன் ஒருத்தன்தான் சார் சம்பவம் நிகழ்ந்த பிற்பாடு வண்டி எடுக்க வரலை’ என்றார்.

‘அந்தம்மா போன் பண்ணாங்க. போய்ப் பார்த்துட்டு வந்திருங்களேன்!’

‘அம்ருதாவா?’

‘ஆமாம், ஏதோ மோதிரம், மிஸ்ஸிங்காம். நேராப் போய் விசாரிச்சுட்டு வந்துருங்க.’

‘ப்ரொபஸர் ரொம்ப முறைச்சுக்கிறார் சார்.’

‘பரவாயில்லை, போய் விசாரிச்சுட்டு வாங்க. நான் விதானசௌதா போயிட்டு, அப்பால போன் பண்றேன்.’

சோமசேகர் ஒரு மணி நேரத்துக்குப் பின், போன் பண்ணிய போது, தர்மராஜன் வந்து போய்விட்டதாக டாக்டர் ராம்பிரகாஷ் சொல்ல, அப்போதுதான் ‘பாபு’ என்ற பெயர் கேட்டார்.

அதற்கு ராம்பிரகாஷ் சரியாகப் பதில் சொல்லாவிட்டாலும் அம்ருதா தூங்கி எழுந்ததும், சொன்னார், ‘சோமசேகர் போன் பண்ணியிருந்தார் அம்ரு...’

‘கண்டு பிடிச்சாச்சாராமா?’ என்றாள் ஆர்வத்துடன்.

‘இல்லை. பாபுன்னு ஒரு பேர் சொன்னார். அந்தப் பேர் ஏதாவது காதில விழுந்ததான்னு உங்கிட்ட கேட்கச் சொன்னார்.’

‘எப்ப?’

‘சம்பவம் நடந்த அன்னைக்கு.’

‘சம்பவம்! என்ன சுலபமாச் சொல்லியாச்சு? சம்பவமா அது? நைட்மேர்! இப்பக்கூடத் தூக்கித் தூக்கிப் போடுது. எப்படி நீங்க அதைச் சம்பவம்னு அத்தனை ஈஸியா வர்ணிக்கிறீங்க? உங்களுக்கு அது ஒரு சம்பவமாக இருக்கலாம். எனக்கு அது வாழ்க்கையை முழுக்க முழுக்கத் திசை திருப்பிட்டது.’

'அப்படியெல்லாம் பேசாத அம்ரு. அந்தச் சம்... விபத்தினால் உன்மேல எனக்கு இருக்கிற அன்போ, ஆதரவோ ஓர் இம்மிகூடக் குறையவில்லை. என்னைப் பொருத்தவரை நீ அதே அம்ருதா தான். அன்னைக்கு ரிசப்ஷனுக்குக் கிளம்பறப்ப எப்படிக் களங்க மற்ற பரிபூரண மனைவியா இருந்தியோ, அதேதான் இப்பவும்.'

'நீங்க எனக்குச் சமாதானத்துக்காகச் சொல்றீங்க. எந்த ஆண் பிள்ளையும் தன் பெண்டாட்டி இப்படி ஆனப்புறம் அவளை முன்னமாதிரி ட்ரீட் பண்ணவே முடியாது.'

'யார் சொன்னது உனக்கு இதெல்லாம்? சும்மா இமாஜின் பண்ணிக்காத அம்ரு.'

'இல்லைங்க. நீங்க என்னை வேறுவிதமாப் பார்த்தாலும் நான் அதுக்காக வருத்தப்பட மாட்டேன்.'

'அம்ரு கமான், முதல்ல இந்தச் சுய பரிதாபத்தை விடு... நீ எனக்குப் பழைய அம்ருதான். எத்தனை தடவை இதைத் திருப்பித் திருப்பிச் சொல்வேன்!'

'அப்பாகூட ஒரு மாதிரி பார்க்கறாங்க.'

'சேச்சே... இமாஜினேஷன்.'

'பக்கத்து எதுத்த வீட்டுக்காரங்கள்ளாம் என்னைப் பார்த்தாக் கதவைச் சாத்திக்கிறாங்க.'

ராம்பிரகாஷ் சிரித்தார்.

'நீங்க சிரிக்கிறீங்க பார்த்திங்களா?'

'சே. சிரிக்கலை அம்ரு. உனக்கு இந்தச் சூழ்நிலை சரியில்லைனா வேற வீடு மாத்திக்கலாம். காம்பஸ்ஸுக்குள்ள போயிரலாம். கோபிகிட்ட சொன்னா ஏற்பாடு பண்ணுவார்.'

'எங்க போனா என்ன? விஷயம் பேப்பர்ல வந்தப்புறம் எப்படி அவங்க நம்மைப் பார்க்கறதைத் தவிர்க்க முடியும்!'

'அப்படின்னா வேற ஊருக்குப் போயிரலாம். வேற யூனிவர் சிடிக்கு. இல்லை அமெரிக்காவுக்கு ஸபாட்டிக்கல் போகலாம்... அம்ரு எல்லாம நம்ம கைல இருக்கு. நம்ம மனசில் இருக்கு. மற்றவங்க இப்படி நினைச்சுப்பாங்க, அப்படி நினைச்சுப்பாங்

கன்னு அவங்க எண்ணங்களுக்காக நாம அலட்டிக்கிறதில அர்த்தமே இல்லை. உனக்கு யார் முக்கியம்? நான்தானே!'

'ஆமாம்.'

'நான் உன்னை ஏதாவது சொன்னேனோ?'

'இல்லை. ஆனா பார்க்கற பார்வை சரியா இல்லை.'

'எப்படிப் பார்க்கணும்?'

'குற்றம் சாட்டாமப் பார்க்கணும்.'

'அய்யோ எப்படிப் பார்க்கறதுன்னு தெரியலையே!'

'இதுக்கென்ன சொல்வே கோபி?' என்றார் ராம்.

பல்கலைக்கழகத்தின் மர நிழல் நிறைந்த பாதையில் மெல்ல நடந்துகொண்டிருந்தார்கள் இருவரும். அங்கங்கே மாணவர்கள் சைக்கிளிலிருந்து இறங்கி மரியாதையாகக் கடந்தார்கள். ஒரு சிலர் திரும்பிப் பார்த்தார்கள். ஸ்டாஃப் ரூமை நோக்கி நடக்கையில் கோபி, 'ராம் இதையெல்லாம் ராஷனலைஸ் பண்ணாதே. டாப்பிக்கை எடுக்காம இருக்கறதே நல்லது.'

'எப்படியாவது வந்துருதே!'

'கொஞ்ச நாள் பிரிஞ்சிருங்களேன்!'

'போக மாட்டா. அவ அப்பா வந்து வருந்திக் கூப்பிட்டார். ம்ஹூம், என்னை விட்டுப் போக மாட்டா.'

'ரெண்டு பேரும் போறது.'

'அதுவும் சரிப்பட்டு வராது. திரும்பத் திரும்ப அந்த டாப்பிக் வரும்னு பயமா இருக்கிறது.'

'ஏதாவது சொல்லி, காட்டி டைவர்ட் பண்ணியே ஆகணும் ராம். வீடியோ கீடியோ எதாவது?'

'வீடியோவில் எது பார்த்தாலும் தவறாம எங்கயாவது ரேப் வந்துருது. உடனே அழ ஆரம்பிச்சுருவா.'

'கார்ட்டூன் படங்கள் ஏதாவது காட்டேன்.'

‘கோபி, ஐம் இன் எ ஃபிக்ஸ் ரியலி. எல்லாருக்கும் சைக்காலஜி சொல்லிக் கொடுக்கறேன். எனக்குத் தெரியலையே!’

‘ஹிப்னட்டைஸ் பண்ணிப் பாரேன்.’

‘எதுக்கு?’

‘உள் மனசில என்ன நெனைச்சுக்கிட்டு இருக்காங்க, என்ன குறைன்னு.’

‘முதல்ல அவகூட டென்ஷன் இல்லாம ரிலாக்ஸ்டா பேச முடிஞ்சாக்கூட நல்லது. இல்லை, சைக்கியாட்ரிஸ்டைப் பார்க்கலாம். அதைப் பத்தி ஏதாவது ஆரம்பிச்சாலே எனக்குப் பைத்தியம் பிடிச்சுட்டதா முடிவு கட்டிட்டிங்களான்னு...’

‘இல்லை. அதை அப்படி சஜஸ்ட் பண்ணக்கூடாது ராம். இயல்பா நடக்கணும். நான் ஏற்பாடு பண்றேன். நிம்ஹான்ஸ்ல ரகுராம் இருக்கார். அவரை ஒரு முறை வீட்டுக்கு அழைச்சுட்டு வர்றேன்.’

எதிர்ப்புறத்தில் சைக்கிளில் சென்றுகொண்டிருந்த வர்ஷா இறங்கி, ‘குட் மார்னிங் ப்ரொபஸர்!’ என்றாள் சந்தோஷமாக. ‘நீங்க காலேஜ் வந்திருக்கிறதா க்ளாஸ்மேட்ஸ் சொன்னாங்க. எப்படி இருக்கிங்க?’

‘எனக்கு ஒரு ப்ராப்ளமும் இல்லை வர்ஷா. என் மனைவிதான்...’

‘இனிமே ரெகுலரா கிளாஸ் எடுப்பீங்களா?’

கோபி, ‘அப்புறம் பார்க்கலாம் ராம். எனக்கு வேலை இருக்கு’ என்று கிளம்ப, வர்ஷா அவருடன் நடந்துவந்தாள்.

மலர்கள் இலவசமாக இரைந்து கிடக்க, அவள் அருகாமை தன்னைச் சலனப்படுத்தியதை ப்ரொபஸர் உணர்ந்தார். ஏன் இப்படி?

‘வர்ஷா, கிளாஸ்ல என்னைப் பத்தி என்ன பேசிக்கிறாங்க?’

‘எப்ப வருவார், எப்ப மறுபடி கிளாஸ் எடுப்பார்னுதான்.’

‘வேற ஏதும் பேசிக்கலியா.’

‘இல்லையே’ என்றாள் இயல்பாக. பக்கவாட்டில் அவள் கைகளையும் கழுத்தையும் பார்த்தான். இவள் உன் மாணவிடா!

பென்சிலைக் கடித்துக்கொண்டு, 'அப்பாடா, நீங்க க்ளாஸுக்கு வராட்டா நான் தவிச்சுப் போயிருப்பேன் சார்.'

'ஏன்?'

'சிலபஸ் முடிக்கவே இல்லையே.'

'வேற யாரும் எடுக்கலை?'

'இல்லை சார்!' அவள் தலையைச் சாய்த்துப் பார்த்து பதில் சொல்ல, 'இவளுடன் நான் பேசுவதில் இரண்டு வகையிருக்கிறது. வெளியே மேம்போக்காக க்ளாஸ் பற்றிப் பேச்சு. உள்ளுக்குள் மௌனமாக ஒரு பேச்சு. இது இரண்டு பேருக்குமே தெரியும்.'

'வர்ஷா, க்ளாஸ் விட்டப்புறம் ரூமுக்கு வரியா?'

'வரேன் சார்.'

'வேற ஒண்ணுமில்லை, பேப்பர் திருத்தணும். மைசூர் யூனிவர்சிடி.'

'அதுக்கென்ன சார், தாராளமா.'

'கூட பாலாவை வேணா கூட்டிக்கிட்டு வா.'

'வேண்டாம்' என்று ஒரு முறை அவரை நிமிர்ந்து பார்த்து, ஒன்றுமே அறியாதவள் போலப் புன்னகை செய்தாள்.

பால்குண்டுவும் பாபுவும் ஆஸ்ரமத்தருகில் பஸ்ஸில் இருந்து இறங்கிக்கொண்டு நேராக மேலே புல் டெம்பிளை நோக்கி நடந்து ப்யூகில் ராக் ரோட்டில் பார்க்கில் போய் உட்கார்ந்தார்கள். எதிரே பெண்கள் காலேஜிலிருந்து மெல்ல மெல்ல கொத்துக் கொத்தாக வரும் மாணவிகளை பால்குண்டு சுவாரஸ்யமாகக் கவனித்துக்கொண்டிருக்க, பாபு தன் கையையே பார்த்துக் கொண்டிருந்தான்.

'என்னடா காயம்?'

'அதான் அன்னைக்குக் கீறிருச்சே!'

'அடுத்தது இதிலே ஒண்ணைத்தாண்டா தேர்ந்தெடுக்கணும்... பாவாடையும் இல்லாம தாவணியும் இல்லாம, குழந்தையும்

இருள் வரும் நேரம் ✸ 103

இல்லாம, குமரியும் இல்லாம, விவரம் தெரிஞ்சும் தெரியாம... பாபு ஏண்டா அழறே?'

பாபு தன் கையைப் பார்த்துக்கொண்டே தோள் குலுங்க அழுதான்.

'ஏண்டா என்னடா?'

'எங்கம்மா எங்கம்மா...'

'திட்டினாங்களா?'

'இல்லை.'

'வேற என்ன?'

'குரு, இதை யார்கிட்டயும் சொல்ல மாட்டேதானே?'

'சொல்லு.'

'எங்கம்மா கேரக்டர் சரியில்லை குரு!...'

'பெரியப்பான்னு ஒரு தா... தினம் அழைச்சுக்கிட்டுப் போயிட றான். ஒவ்வொரு முறையும் பதற்றமா இருக்குது குரு. ஒவ்வொரு முறையும் எனக்கு ஆத்திரமா இருக்குது குரு. எங்கம்மாகிட்ட தட்டிக் கேட்க முடியறதில்லை!'

'ஏன்?'

'தைரியமில்லை!'

பால்குண்டு அதைப் பற்றிக் கவலைப்படாமல் மறுபடி சாலை யைப் பார்த்தான். 'இத பார்றா, உடுகின்னா இதுதான்.'

'பொண்ணுங்களே மோசம்.'

'யார்றா சொன்னது?'

'எல்லாரையும் வெட்டிரணும்!'

'முதல்ல தட்டிட்டுப் போலாம். அப்பறம் கட்டிரலாம். அப்பறம் வெட்டிரலாம்.'

'எல்லாப் பொண்ணுங்களும் மோசம்!'

பாபு அந்தப் பெண்களை அக்கறை இல்லாமல் பார்த்துக் கொண்டு, 'உங்கம்மா எப்படி குரு?' என்றான்.

'அவளை நான் பார்த்ததே இல்லை மகா. எங்கப்பன் சாவடிச் சுட்டான்.'

'ஒரு முறை கேட்டுறப் போறேன் குரு!'

'கேட்டுரு. அடிச்சுக் கேட்டுரு. ராத்திரி வண்டி எடுக்கறியா?'

'எதுக்கு குரு?'

'ஏன் எதுக்குன்னு என்னைக் கேக்கக் கூடாது. இந்த முறை கபன் பார்க் வேண்டாம். நானக் பவன் இருக்குது பாரு. அங்க...'

14

'பாபு! பாபுன்னு ஏதும் பேர் கேட்டதா ஞாபகம் இல்லையாம். குருன்னுதான் ஒருத்தன் கூப்பிட்டா னாம். ஒருத்தன் தைரியமா இருந்தாப்பலயும் மற்றொருத்தன் பயப்பட்டதாப்பலயும் தோணித் துன்னு சொன்னா!'

'குரு...ங்கறது பெங்களூர்ல இளைஞர்கள் அதிகமா உபயோகப்படுத்தற வார்த்தை. 'வாத்தியாரே', 'உஸ்தாத்'ங்கிற மாதிரி... இது ஒருத்தன் பெயராவும் இருக்கலாம். ஆனா பெரும்பாலும் இது அர்த்த மில்லாத பொதுப் பெயர்தான்.'

சோமசேகர் அட்டெண்டர் கொண்டுவந்த தேநீரைக் குடித்து விட்டுக் கோப்பையை மேசைமேல் வைத்து, 'தாங்க்ஸ்! போலீஸ் மேல உங்க கோபம் எல்லாம் போயிட்டுதா?' என்றார்.

'இல்லை, ரூமுக்கு வர்றவங்க யாராயிருந்தாலும் டீ கொடுக்கிறது என் வழக்கம்.'

சோமசேகர் புன்னகை செய்து, 'கமிஷனரே உங்களைப் பார்க்க வரப் போகிறதாகச் சொன்னார்.'

'தேவையில்லை' என்றார் ராம்பிரகாஷ் கடுமையாக.

'ப்ரொபஸர், உங்களை மாதிரி பொறுப்புள்ள படிச்ச சனங்களே தங்கள் கடமையைச் செய்யத் தயங்கினா...'

அருகில் உட்கார்ந்திருந்த வர்ஷா சட்டென்று முகம் சிவந்து படபடவென்று பேச ஆரம்பித்தாள்.

'நீங்க எவ்வளவு தூரம் உங்க கடமையைச் செய்திருக்கீங்க? யோசிச்சுப் பாருங்க சோமசேகர். போலீஸ் என்கிறது எதுக்காக இருக்குது? மக்களுக்குப் பாதுகாவலுக்காக, நகரத்தில் குற்றங் களைத் தவிர்க்க, போக்குவரத்தைக் கவனிக்க, கூட்டங்களை ஒழுங்குபடுத்த... சுருக்கமாச் சொல்லப் போனா, நகரத்தில உயிர் வாழுறதில அவஸ்தையோ, கவலையோ, பயமோ இல்லாம இருக்கத்தான் உங்களுக்கெல்லாம் சம்பளம் கொடுத்து வெச்சிருக்காங்க. இல்லையா? அந்தக் கடமையை நீங்க எத்தனை தூரம் நிறைவேத்தியிருக்கீங்க? சொல்லுங்க? மாலை ஏழு மணிக்கே நகரத்தோட மிகப் பிரதானமான பார்க் அருகில், மாநில அரசின் மைய அலுவலகமான விதான சௌதாவில் இருந்து முந்நூறு மீட்டர் தள்ளி, ரெண்டு ஆளுங்க ஒரு குடும்பப் பெண்ணைக் கற்பழிச்சிருக்காங்க! ஒரு மாசமாச்சு. இன்னும் கண்டுபிடிக்கத் தெரியலை உங்களுக்கு. பாபு, குருன்னு கன்னட மொழியிலே உள்ள பிரயோகங்களைப் பற்றி விவாதிக்கவும், டீ குடிக்கவும் வந்திருக்கீங்க. ஏன் சார் நீங்க ராஜினாமா செய்யக் கூடாது?'

'ரொம்ப ஹார்ஷ் மிஸ் வர்ஷா. எங்களோட பொசிஷனையும் நீங்க யோசிச்சுப் பார்க்கணும்.'

'உங்களோட நிலைமை என்னன்னு நீங்க சொல்வீங்கங்கிறது நல்லாவே தெரியும்! போலீஸ்காரங்க பத்தாது, பட்ஜெட் பத்தாது. இதையேதான் திருப்பித் திருப்பிச் சொல்லிக்கிட்டிருக்கீங்க. இருக்கிற போலீஸ்காரங்களை வெச்சுக்கிட்டு என்ன சாதிச்சீங்க? சொல்லுங்க.'

சோமசேகர் புன்னகை செய்து, 'இதுநாள் வரைக்கும் ஏதும் சாதிக்கலைதான். ஆனா இந்த ரெண்டு பேரையும் ஒங்க முன்னால கொண்டாந்து நிறுத்தலைன்னா எனக்கு வீட்டில் பேர் கெட்டுப் போய்டும். என் டாட்டர்கூட உன் கட்சிதான் வர்ஷா! அவ வர்றதுக்குள்ள நான் கிளம்பிடறேன். ப்ரொபஸர், தாங்க்ஸ் ஃபார் தி டீ! அடுத்த முறை உங்களைச் சந்திக்க வர்றப்ப இன்னும் கொஞ்சம் தீர்மானமான தகவல்களுடன் வர்றேன். பை வர்ஷா. சுமியைப் பார்த்தால் நான் வந்திருந்ததாகச் சொல்லாதே. என்ன?' என்றார்.

அவர் போனதும் ராம்பிரகாஷ் வர்ஷாவைப் பார்த்து, 'இவங்க கண்டுபிடிப்பாங்கன்னு நம்பறியா வர்ஷா?' என்று கேட்டார்.

'இல்லை ப்ரொபஸர், சான்ஸே இல்லை. கண்டுபிடிச்சாலும் உங்க மனைவி கோர்ட்டில் வந்து டிபோஸ் பண்ணுவாங்களா?'

'அவ இருக்கிற மன நிலையில எது வேணா செய்வா.'

'பாவம்.'

'எஸ், அவளால இந்த நிலைமையைச் சமாளிக்கவே...'

'நான் அம்ருதாவுக்காகப் பரிதாபப்படலை. உங்களுக்காக. எப்படி நீங்க இந்த நிலைமையைச் சமாளிக்கிறீங்க?'

'நானா! நானும் தட்டுத் தடுமாறிக்கிட்டு இருக்கேன். எனக்கும் முன் அனுபவம் இல்லை, பார்த்தியா?'

'என்ன சார்! இதுக்கெல்லாம் முன் அனுபவம் கிடைக்குமா, என்ன?'

'நான் சொல்லிக் கொடுக்கிற சைக்காலஜிப்படி நான் செய்யறது அத்தனையும் தப்பு. பொறுமை இல்லாம அவகிட்ட நடந்துக்கறேன். சீக்கிரமே கோவிச்சுக்கிறேன். சண்டை போடறேன். ஆத்திரப்படறேன். என்னவெல்லாம் செய்யக் கூடாதோ, அதை யெல்லாம் செய்துக்கிட்டு இருக்கேன். இப்ப நீ வேற வந்து விஷயத்தைக் குழப்பறே.'

'நான் என்ன சார் தப்பு செஞ்சேன்?'

'நீ ஏதும் தப்பு செய்யவில்லை. ஆனால், உன்னைக் கண்டாலே, உன்னோட பேசினாலே எனக்கு ஒரு மாதிரி குற்ற உணர்ச்சி ஏற்படறது.'

'ஏன், ப்ரொபஸர்?' என்றாள் வர்ஷா அறியாமையுடன்.

'...'

'என்னை நேரா நிமிர்ந்துகூடப் பார்க்க மாட்டேங்கறிங்க, ஏன்?'

'தைரியமில்லை.'

'இதில தைரியம் என்ன?'

ராம்பிரகாஷ் வர்ஷாவை இப்போது நேராகப் பார்த்தார். 'வர்ஷா நாம இப்ப பாசாங்குகளையெல்லாம் கழற்றி வெச்சுரலாமா?'

வர்ஷா மௌனமாக இருக்க, 'எனக்கு உன்மேல ஒரு வசீகரம் இருக்கறது என்னவோ உண்மைதான். அத்தனை டென்ஷனுக்கு மத்தியிலும் உன்னைப் பார்த்தால் எனக்குள்ளே சின்னதா ஒரு பட்டாம்பூச்சி அடிச்சுக்கறது. அதே போல உனக்கும் என்மேல் ஒருவித, ஒருவித, அதை என்ன சொல்றது? 'க்ரஷ்'ங்கறதுக்குத் தமிழ்ல என்ன?'

'தமிழ் வேண்டாம், சொல்லுங்க.'

'நாம் இரண்டு பேரும் வெளியுலகத்தில் ஒரு மாதிரியும், உள்ளுக் குள்ளே வேற மாதிரியும் நடந்துக்கறோம். உள்ளே இருக்கிற உணர்ச்சிகளை வார்த்தைகளால வடிக்கிறதுக்குப் பயப்பட றோம். ஆனால் வார்த்தைகள் இல்லாவிட்டாலும் நம்ம ரெண்டு பேருக்கும் உள்ள உறவைப் பற்றிச் சந்தேகமே இல்லை. வர்ஷா வாட் டூ யூ வாண்ட், சொல்லு?'

வர்ஷா புன்னகையுடன், 'அதுக்குத்தான் வார்த்தைகளே தேவை யில்லைன்னு சொல்லிட்டீங்களே?'

'டூ யூ வாண்ட் ஸெக்ஸ்?'

'ஒய் நாட்?' என்றாள்.

'அதுக்கு என்னை விடத் தகுதியா, இளமையா எத்தனையோ பேர் இருக்காங்க.'

வர்ஷா ராம்பிரகாஷின் கைகளைப் பற்றித் தன்மேல் வைத்துக் கொண்டு அவரை நேராகப் பார்த்தாள்.

'எக்ஸ்க்யூஸ் மி' என்று குரல் கேட்க, பாலா நின்று கொண்டிருந் தான். 'ஸாரி, நான் அப்புறம் வர்றேன்!'

இருவரும் அந்தக் குறுக்கீட்டினால் பாதிக்கப்பட்டு, முகத்தில் சற்றே ரத்தமிழந்து சுதாரித்துக்கொள்வதற்குள், பாலா புறப்பட்டு அறையை விட்டு விலகிவிட, 'பாலாவைக் கூப்பிடு' என்றார் ராம்பிரகாஷ்.

வர்ஷா வெளியே போய் எட்டிப் பார்த்துவிட்டு, 'அவன் போய் விட்டான்' என்றாள்.

பாபுவும் பால்குண்டுவும், பார்க்கை விட்டு வெளியே வந்து, கல்யாண மண்டபத்தைக் கடந்து, அந்தப் பெண்ணைத் தொடர்ந்தார்கள். 'என்.ஆர். காலனி பொண்ணு, பாபு. தினம் காலேஜுக்கு நடந்துதான் வருது. எப்படியாவது ஆட்டோல கொண்டாந்துட்டாப் போதும்! இப்படியே நேராப் போனா தர்ட் ஸ்டேஜைத் தாண்டிரலாம். அங்க மலைமேல ஒரு கோயில் இருக்குது. வருஷம் ஒரு முறைதான் திறப்பாங்களாம்.'

பாபு சும்மா இருந்தான். 'குரு, மாட்டிக்கப் போறோம்.'

'ஏண்டா?'

'போலீஸ்காரங்க விசாரிச்சுக்கிட்டு வர்றாங்களாம். பேப்பர்ல போட்டிருக்கான்.'

'ஒரு மாதம் ஆயிடுச்சுடா. கேஸை மூடிடுவாங்க.'

'மாட்டிக்கிட்டா என்ன ஆகிறதாம்?'

'மாட்டிக்கிட்டாக்கூட யார்றா அன்னைக்கு நம்மைப் பார்த்தாங்க, சொல்லு.'

'யாராவது பார்த்திருப்பாங்க.'

'இருட்டிலயா?'

'அந்தம்மா என்னைப் பார்த்தா, வெளிச்சம் இருக்கிறப்ப.'

'அந்தம்மா கோர்ட்டில வந்து சாட்சி சொல்லுவாங்கறியா?'

'அப்படிச் செய்திருக்காங்களாம். என் ப்ரெண்டு நடராஜன் சொன்னான். வரிசையா வெச்சு அடையாளம் காட்டச் சொன்னாங்களாம். ஒரு அம்மா வந்திருந்ததாச் சொன்னான்.'

'பாரு பாபு, நீ பயப்படவே பயப்படாதே. நமக்குத் தெரிஞ்ச வக்கீலு இருக்காரு. செம தோஸ்து எங்கண்ணனுக்கு. அந்தாளு கிட்ட கேஸை ஒப்படைச்சுட்டா, பிச்சுப்புடுவாரு.'

'பணம் ஆகுமே.'

'பணத்தைப் பற்றிக் கவலையை விடு. அதையும் ஒரு முறை சொல்லித் தர்றேன்.'

'எதை?'

‘பணம் பிடுங்கறது. திருடறது எப்படின்னு. லைப்ல நம்ம பிலாசபி இதுதான். தப்பிச்சுக்க வழி இருக்குதான்னு பார்த்துட்டு அந்தக் குற்றங்களையெல்லாம் செய்யலாம். தெரியுதில்லை?’

‘தெரியலைப்பா. எனக்கு எல்லாமே குழப்பமா இருக்குது குரு. எங்கம்மா பண்ணுறது நியாயம்ங்கறே?’

‘அதில என்ன தப்புங்கறே? பணம் சம்பாதிக்க எத்தனையோ வழிங்கள்ல அதுவும் ஒண்ணு. திருடறாளா? பொய் சொல்றாளா? லட்சுமி அம்மாமேல எனக்கு எப்பவுமே மரியாதை உண்டு பாபு.’

‘பெரியப்பாங்கறவனை வெட்டணும் குரு.’

‘அவன் என்னடா பண்ணுவான்? அவனும் பிழைப்புக்குத் தொழில் செய்யறான்...’

‘பொண்ணுங்களையே வெட்டணும்!’

‘எதுக்குடா?’

‘வெட்டணும். அவ்வளவுதான்!’

‘எஸ்.எல்.வி.யில் அந்தப் பெண், சினேகிதிகளுடன் சிற்றுண்டி முடித்துவிட்டு மெல்ல சாலையின் சரிவில் என்.ஆர். காலனியை நோக்கிச் செல்ல முற்பட, ‘வாடா’ என்றான் பால்குண்டு.

‘என்ன குரு?’

‘முடிச்சுரலாம். சட்டுன்னு போய் வண்டி எடுத்துட்டு வாடா!’

‘கண்டோன்மெண்ட்டு போக நேரமாகும்.’

‘எத்தினி நேரமாகும்?’

‘ஒரு அவராவது.’

‘இந்தப் பொண்ணு வீட்டுக்குப் போயிட்டு மறுபடியும் தையல் கிளாஸோ, டைப்பு கிளாஸோ, காந்தி பஜார் போகும். இங்கே நான் காத்திருக்கேன். நீ போய் வண்டி எடுத்துக்கிட்டு வா.’

‘போலீஸ்காரங்க?’

‘அட சட்! பயந்து சாவதடா! எந்த போலீஸ்காரனும் நம்மைப் பிடிக்க முடியாது. பொண்ணைப் பாரு, உங்கம்மா மாதிரி அழகா இல்லை?’

பாபுவை அந்த வார்த்தைகள் என்னவோ செய்தன. அவளைப் பக்கவாட்டில் பார்க்கும்போது சின்ன வயதில் தன் அம்மா அப்படித்தான் இருந்திருப்பாள் என்று தோன்றியது. 'இரு, குரு. போய், வண்டியை எடுத்துக்கிட்டு வர்றேன்!'

பாபு அங்கிருந்து பஸ் பிடித்து சிவாஜி நகர் போய் கராஜுக்குச் சென்ற போது நான்கு வண்டிகள் இருந்தன. ஒன்று ஸ்டெப்னி மாற்றிக் கொண்டிருந்ததை நிஸ்சார் கண்காணித்துக்கொண்டிருக்க, 'வாய்யா, பாபு என்ன இத்தனை நாளாக் காணோம்?' என்று கேட்டான்.

'உடம்பு சரியில்லை, நிஸ்சார் பாய்!'

'இப்ப எதுக்கு வந்தே? வண்டி எடுக்கறதுக்கா?'

'ஆமாம் பாய். ராத்திரி கொண்டாந்து விட்டுர்றேன்.'

'போலீஸ் தாணாவுக்குப் போனியா?'

'இன்னும் போவலை பாய். என்ன விஷயம்?'

'ஒரு ரேப் கேஸ். நம்ம வண்டியில ஆகியிருக்குதாம்.'

'யாரு டிரைவர்?'

'தப்பாத்தான் இருக்குணும். நம்ம வண்டிக்காரங்கள்லாம் சரீப் ஆசாமிங்கன்னு போலீஸ்கிட்டச் சொல்லிப் போட்டேன். எதுக்கும் ஒரு ஃபார்மாலிட்டிக்குப் போய் வந்துரு. நிக்க வச்சுக் கொஸ்சன் கேட்டாங்களாம். நடராஜ் சொன்னான்.'

பாபு வண்டி எடுத்துப் போனபின் போலீஸ் வண்டி அங்கு வந்து நிற்க, தர்மராஜன் இறங்கினார். 'ஏன்யா, மத்த டிரைவருங்க வந்தாங்களா?'

'யாருங்க?'

'அதான் பாபு - வேலாயுதம்... ரங்கசாமி.'

'பாபு இப்பத்தான் வண்டி எடுத்துப் போறாங்க. மூலை திரும்பி யிருக்க மாட்டான். ஸி.ஏ.டபிள்யூ முப்பத்து நாலு முப்பத்து அஞ்சு வண்டி.'

'உடனே புறப்பட்டாப் பிடிச்சுடலாம்!' தர்மராஜன் ஜீப்பில் ஏறிக் கொண்டார்.

15

ஸி.ஏ.டபிள்யூ முப்பத்து நாலு முப்பத்து அஞ்சு. அந்த வண்டியை தர்மராஜனின் ஜீப் தொடர்ந்துவர, அதைப் பற்றிய உணர்வில்லாமல் பாபு பாடிக் கொண்டே ஓட்டி வந்தான். பால்குண்டு அவனுக் காகக் காத்திருந்த புல் டெம்பிள் ரோடு பெரிய பிள்ளையார் கோயில் அருகில் கொண்டு நிறுத்தின போது தர்மராஜன் கொஞ்ச தூரத்தில் ஜீப்பை நிறுத்தினார். 'இரு' என்று கான்ஸ்டபிளிடம் சொல்லிவிட்டு, ஜீப்பை விட்டு இறங்கி, மெல்ல அவர்களை அணுகுவதை இருவரும் கவனிக்க வில்லை. அவர்கள் கவனம் முழுவதும் எதிர்ச் சாரியில் சென்றுகொண்டிருந்த பெண்ணிடம் இருக்க, 'ஏய் உடுகி, சவாரி வரியா' என்று அவள் அருகில் ஆட்டோவை நிறுத்திக் கேட்டான். அந்தப் பெண் பயந்துபோய் எதிர்ப்புறமாகக் கடக்க, இருவரும் அவளைத் தொடர்ந்துவர, பால்குண்டு புஜத்தைப் பிடித்து இழுத்தான். தர்மராஜனை அப்போதுதான் கவனித்தான்.

'குரு! போலீஸ்! போலீஸ்!'

பால்குண்டு உடனே பாய்ந்து ஆட்டோவில் ஏறிக்கொள்ள பாபு சரேல் என்று புறப்பட்டு எதிர்த் திசையில் ஓட்டினான். தர்மராஜன் தன் ஜீப்புக்கு ஓடிச் செல்வதற்குள் கவிபுரம் சைடில் நுழைந்து சந்து சந்தாக மாறி மறைந்து போய்விட்டார்கள்.

தர்மராஜன் 'சட்... ஆளை விட்டுட்டம்பா' என்று அலுத்துக் கொள்ள, 'எங்க போறாங்க, திரும்ப வண்டி எடுக்க வராமலா போவாங்க? இந்த வண்டியையே திரும்ப ஷெட்டில விட வந்தாகணுமில்லை?' என்றார் கான்ஸ்டபிள்.

'ஆமாம். நேரா ஏஸிடி கராஜுக்குப் போகலாம்' என்றார் தர்மராஜன்.

குறுக்கே பாய்ந்து பணசங்கரி இரண்டாம் பகுதி, ஜெயநகர் எட்டாவது ப்ளாக் என்று வந்த பிற்பாடுதான் பாபு வண்டியை நிறுத்தினான். 'பயந்துகினியா? ஹிஹிஹி!' என்றான் பால்குண்டு.

'குரு, இனிமே வெளிய நடமாடறது நல்லதில்லை. போலீஸ்காரங்க நம்மை வேட்டையாடிக்கிட்டு இருக்காங்க. என்ன செய்யறது குரு? என்னை இந்த வம்பில மாட்டிவுட்டுட்டியே...'

'கவலைப்படாதே பாபு. என் பின்னாலேயே வந்துகிட்டு இரு. எந்தப் போலீஸ்காரனும் உன்னைத் தொட முடியாது.'

'இப்ப என்ன செய்யலாம்?'

'மறுபடி அதே எடத்துக்குப் போறம். அந்தப் பொண்ணை அத்தனை சுலபமா வுட்டுர்றதா?'

'வேண்டாம் குரு! மாட்டிப்பம்.'

'சும்மார்றா! அதில்தாண்டா த்ரில்லு. நீ புறப்படு புல் டெம்பிள் ரோடுக்கு. அங்கதான் பொண்ணுங்க நடமாட்டம் அதிகம் இருக்கும்.'

'குரு, குரு!'

'அந்தப் பெண்ணைப் பாத்தல்ல?'

'பாத்தேன்.'

'பொண்ணுங்களை என்ன செய்யணும்? சொல்லு?'

'கொல்லணும்!'

'கர்ரெக்ட்! அப்ப வண்டியை எடு.'

ஆட்டோவை மறுபடி சீற்றத்துக்கு உள்ளாக்கித் திருப்பி, ஸௌத் எண்ட் சர்க்கிள் வரை வந்தான். அப்போதே இருட்டியிருந்ததால்

நடமாட்டம் குறைந்திருந்தது. 'எல்லாரும் கன்னடா பிக்சர் பாத்துக்கிட்டு இருப்பாங்க. இதான் சமயம்' என்று மெல்ல ஆட்டோவைச் சந்துகளில் ரோந்துபோலச் செலுத்தச் சொன்னான் பால்குண்டு. பாபு நகத்தைக் கடித்துக்கொண்டு, 'எல்லாருமே மோசம் குரு. எல்லாரையும் சேர்ந்தாப்பல ஒழிக்கணுமில்லை' என்றான்.

'கொல்லலாம். கொல்லலாம். வேளை வரணும். இன்னைக்குக் கொல்லவேண்டாம். கூட்டிக்கிட்டுப் போயி, மலை உச்சி சொன்னன் இல்லை. அதில் அம்மன் கோவில், வருஷம் ஒருமுறைதான் திறப்பாங்க, யாரும் வர மாட்டாங்க.'

'ஆட்டோ மலை ஏறுமா?'

'பைப்பாண்டை நிறுத்திரலாம். பாபு, உங்கம்மாவைக் கூட்டிப் போவலாமா?' பால்குண்டு கண்டபடி சிரித்தான். 'ஏண்டா உங்கம்மா இப்படி இருக்கிறா? உனக்குத்தான் புடிக்காதுன்னு தெரியுமில்லை?'

'பெரியப்பாவை ஒதிக்கணும் குரு' என்றான் பாபு.

'எவ்வளவு அம்மாங்க நாயமா சம்பாதிச்சு மகனுகளைக் காப்பாத்துவாங்க. இதுக்கு மட்டும் எப்படித் தோணிச்சு?'

'சொல்லாத குரு' என்றான் பாபு. அவன் கண்களில் கண்ணீர் துளித்தது. தொண்டைக் குரல் உடைந்தது.

'நானே பார்த்திருக்கேன் பாபு. சலீம் பாய் பட்டரை இல்லை, அதும் பக்கத்தில் சந்து இருக்குதில்லை, அங்கதான் நின்னுகிட்டு இருப்பாங்க. ரெய்டு எப்பன்னு போலீஸ்காரங்களே வந்து சொல்லிடுவாங்க. வெங்கடேஸ்வரா லாட்ஜுன்னு போர்டு போட்டிருக்குமில்லை, அங்கதான் ஆஸ்பத்திரி மாதிரி கட்டில் போட்டிருக்கும் பாபு. டேசன்லருந்து நேரா வந்துருவாங்க.'

'சொல்லாதே குரு. சொல்லாதே. எங்கம்மா சந்தர்ப்பச் சூழ்நிலையில் அப்படி ஆனாங்க, தெரியுமில்லை?'

'இதைப் போய் நம்பறியாடா! நாட்டு கேஸு!'

'வேண்டாங் குரு! அனாவசியமா எங்கோபத்தைக் கௌறாதே.'

'ஒண்ணு செய்யலாண்டா! வாடா சிக்பேட்டை போலாம்!'

'எதுக்கு குரு?' என்றான் பாபு பயத்துடன்.

'வெங்கடேஸ்வரா லாட்ஜில் என்ன நடக்குதுன்னு காட்டறேன் வாடா. உங்கம்மா எப்படிச் சம்பாதிக்கிறா, பார்க்கறியா?'

'வேண்டாம்... வேண்டாம்... நான் வர மாட்டேன்.'

'வருவே... வருவே.'

பாபு அழுதுகொண்டே ஆட்டோ ஓட்டினான். அவனுள் இரண்டு பாபு இருந்தார்கள். 'போகாதே... போகாதே...' என்று ஒரு பாபு. 'போ... போய்ப் பாரு' என்று ஒருத்தன்.

வர்ஷா ராம்பிரகாஷுடன் மெல்ல நடந்துவந்தாள். மஞ்சள் மலர்கள் சாலையில் இறைந்திருந்தன. அவற்றில் ஒன்றை எடுத்து அவர் அவள் கையில் கொடுக்க, அதைத் தலையில் வைத்துக்கொண்டாள். 'டபிள் ஹெலிக்ஸ்லதான் நம் பிறவி, சிருஷ்டி, கடவுள், எல்லா உண்மையுமே மறைந்திருக்கிறது' என்றார் அவர்.

'ப்ரொபஸர், இப்ப நீங்க பாசாங்கு பண்றீங்க. டபிள் ஹெலிக்ஸைப் பற்றி இப்ப என்ன பேச்சு?'

'வேற ஏதாவது சப்ஜெக்டை எடுத்தா உண்மை வெளியே வந்துருமோன்னு பயமா இருக்குது வர்ஷா.'

'எதுக்காக உண்மையைப் பத்தி பயப்படணும் நீங்க?'

'குற்ற உணர்வு... சொன்னேன் இல்லையா?'

'குற்ற உணர்வே வேண்டாம் ப்ரொபஸர். எனக்கு உங்களைப் பிடிச்சிருக்கு. உங்களுக்கு என்னை. இதில் மற்ற பேர் யாருமே வர வேண்டியதில்லையே?'

'வாழ்க்கை அத்தனை சுலபமில்லை வர்ஷா. இப்ப எனக்கு என் மனைவியை நார்மலுக்குக் கொண்டுவர வேண்டிய ஆதாரமான கடமை இருக்குது. அதிலிருந்து மீண்டப்புறம்தான் நான் வர்ஷா மாதிரி ஒரு பெண்ணோட பேசவே முடியும்.'

'இது வேற.'

'வர்ஷா, யூ ஆர் வெரி வெரி மிஸ்ச்சிவஸ். என்னை மாதிரி கிழவனை டீஸ் பண்றேனு நினைக்கறேன்.'

'இல்லை. என் பீலிங்க்ஸ் எல்லாமே ஜெனுவின் சார்.'

'இப்ப என்ன பண்ணச் சொல்ற என்னை...?'

'நீங்க என்ன செய்ய விரும்பறிங்களோ...'

ராம்பிரகாஷ் கைக் கடிகாரத்தைப் பார்த்தார். 'வா வர்ஷா.'

'வரேன்' என்றாள்.

'ஏதாவது ஒரு ஓட்டலுக்குப் போகலாம்.'

'சரி!'

'ராத்திரிக்கு...' என்று அவள் முகத்தைப் பார்த்தார்.

'சரி!'

'யூ ஆர் க்ரேஸி! விளையாட்டுக்குச் சொன்னா உடனே சம்மதிக்கிறியே. வர்ஷா, உனக்கு வேண்டியது என் அறிவா... உடலா?'

'ரெண்டுமே!'

'உனக்கு எப்படிப் புரிய வைக்கிறதுன்னும் தெரியலை. உன்னை எப்படிப் புரிஞ்சுக்கறதுன்னும் தெரியலை.'

'அந்த மாதிரி அட்டம்ப்ட் பண்ணவே பண்ணாதீங்க. பி ஸ்பாண்டேனியஸ்'என்றாள்.

மரத்தடியில் இருவரும் உட்கார்ந்தார்கள். இருட்டில் ஒருவர் முகம் ஒருவருக்குத் தெரியவில்லை. ப்ரொபஸரின் முகத்தைத் தன்பால் திருப்பிக்கொண்டாள் வர்ஷா. தன் மேல் பதித்துக் கொண்டாள். கொஞ்சம் நேரம் அப்படியே வைத்திருந்தார். பின்னர் அவள் கழுத்தை, முகவாயை என்று தொட்டுப் பார்த்தார். திடீர் என்று தன்னை விடுவித்துக்கொண்டார். 'மை காட்! நாம் என்ன செய்துகொண்டிருக்கிறோம் வர்ஷா? பேசாமல் எழுந்து வீட்டுக்குப் போ. இது ஆரோக்கியமானதல்ல! இருவருக்கும் கெடுதல்.'

வர்ஷா எழுந்து, 'மறுபடி எப்போது சந்திக்கலாம்?' என்றாள்.

'இனி சந்திக்கவேண்டாம்.'

'சந்தேகம் கேட்க கிளாஸுக்கு வரக்கூடாதா?'

'கூடாது.'

'பார்க்கலாம்' என்று லேசாகச் சிரித்தாள். பஸ் ஸ்டாண்டுவரை அவளுடன் நடந்துவந்தார்.

வீட்டுக்குப் போனபோது, அம்ருதா சன்னலுக்கு வெளியே வெறித்து நோக்கிக்கொண்டிருந்தாள்.

'அம்ரு, எப்படி இருக்கே?'

'உங்ககிட்ட என்ன வாசனை?'

'வாசனையா?'

'ஒரு மாதிரி பர்ஃப்யூம் வாசனை வரலை?' அம்ரு அவரருகில் வந்து சட்டையை முகர்ந்து பார்த்தாள்.

'ஒண்ணுமில்லை. நீயா இமேஜின் பண்ணிக்காதே! அம்ரு நல்லாத் தூங்கினியா? வரியா, வெளியே போய்ச் சாப்பிடலாம்; அப்பா எங்கே?'

'ப்ளைட்ல ஊருக்குப் போயிட்டார். நான் அவர்கூடத் தனியாப் போக மாட்டேன். நீங்க வந்தால் வரேன்னு சொன்னேன். எனக்கு நீங்கதானே எல்லாம். என்னைத் தனியா விட்டுட்டீங்க. பரவால்லை! ஆனா நான் உங்களை விடமாட்டேன்.'

'அம்ரு, நானும் உன்னை விட மாட்டேன்.'

'இந்த பர்ஃப்யூம் வர்ஷாதானே யூஸ் பண்றா?'

'சே! என்ன சொல்ற அம்ரு! நான் உனக்குத் துரோகம் பண்ணுவனா?'

அம்ருதா அவர் தோளில் மாலையாகப் போட்டுக்கொண்டு, 'நேரா, கண்ணைப் பார்த்துப் பேசுங்க' என்றாள்.

ராம்பிரகாஷுக்கு அவளை நேராகப் பார்க்கப் பிடிக்கவில்லை. முடியவில்லை.

'நான் குறைப்பட்டுட்டேன், கறைப்பட்டுட்டேன்னுதானே நீங்க எங்கிட்ட வர மாட்டேங்கறீங்க?'

'என்ன சொல்ற அம்ரு! டோண்ட் பி சில்லி!'

'எனக்குத் தெரியும்!'

'என்ன தெரியும்?'

'என்னை டிவோர்ஸ் பண்ணிட்டு வர்ஷாவைக் கல்யாணம் பண்ணிக்கப் போறீங்க.'

'ரிடிக்யூலஸ்! வர்ஷாவுக்கு என்ன வயசு தெரியுமா? ஷி இஸ் லைக் மை டாட்டர்.'

'டாட்டர்னா ஏன் அப்படி உங்களைப் பார்க்கறாளாம்?'

'எப்படி... யாரு பார்த்தா?'

'எனக்குத் தெரியும். நீங்க ரெண்டு பேரும் ஒருத்தரை ஒருத்தர் ரகசியமாப் பார்த்துக்கறதைப் பார்த்துட்டேன்!'

'என்ன சொல்ற?'

'மறைக்காதீங்க! எல்லாமே நீங்க ப்ளான் பண்ணிட்டுத்தான் செய்திருக்கீங்க. அந்த ஆட்டோ ரிக்ஷாக்காரங்ககூட உங்க ஆள் தான். அதனாலதான் போலீஸ் இன்வெஸ்டிகேஷனே கூடாதுங் கறிங்க. எனக்குத் தெரியாதா? அந்த ராட்சசி வர்ஷாவும் நீங்களும் சேர்ந்து போட்ட ப்ளான் இது! கண்ணைப் பார்த்ததுமே தெரிஞ்சு போச்சு...'

'அம்ரு! யூ ஆர் மேட் மேட்! அவ்வளவுதான் சொல்வேன். பைத்தியம்! பைத்தியம்! உன்னை, உன்னை - நிம்ஹான்ஸ்லதான் சேர்க்கணும்!'

'அதுக்குத்தானே ப்ளான் பண்றீங்க! எனக்குத் தெரியும். கார்ல எந்த ரிப்பேரும் இல்லன்னு. கராஜ்ல சொன்னானாம். எல்லாமே திட்டம் போட்டுப் பண்ணிட்டீங்க! என்னைப் பைத்தியமா அடிக்க முடியாது, தெரியுமில்லை! கஷ்டம்! போலீஸ் இருக்கற வரைக்கும்...'

'என்ன பண்ற அம்ரு?'

டெலிபோனைச் சுழற்றிக்கொண்டிருந்தாள். 'அலோ, டிஸிபி சோமசேகர் இருக்காரா? அவர்கூடப் பேசணும். அம்ருதான்னு சொல்லுங்க. இட்ஸ் அர்ஜண்ட்.'

16

சலீம்பாய் பட்டரை அருகில் பால்குண்டு ஆட்டோவை நிறுத்தி, அதன் கழுத்தைப் பிடித்து பின்பக்கம் தள்ளி, சந்துக்குள் ஒதுக்குப்புறமாக நிறுத்திவிட்டு 'வா பாபு' என்றான்.

'நான் வரலை குரு, நீ மட்டும் போய்க்க.'

'வாடான்னா! இதெல்லாம் பார்த்தாத்தான் உனக்கு லைப்ங்கறது என்னான்னு தெரியும். இந்த ஷாக்கு உனக்கு நிச்சயம் வேணும். அப்பத்தான் நீ பெரிய மன்சனாவ முடியும்.'

'நான் வர மாட்டேன். நீ போ.'

பால்குண்டு நின்று திரும்பிப் பாபுவின் அருகில் வந்து அவனை இழுத்துச் சென்றான். ஒரு சாரியில் ப்யூஸ் போய் இருட்டாக இருந்தாலும் பட்டரையில் சிறுவர்கள் வெல்டிங் வேலையில் நீலப் பிழம்பு படும்போதெல்லாம் பொறி பறக்க, இரும்புப் பூக்கள் செய்துகொண்டிருந்தார்கள். சந்தோரத்தில் கழுத்தில் கர்ச்சீப் கட்டிய தரகன் தூரத்தில் பார்த்துக் கொண்டு புகையிலைக் குதப்பலைத் துப்பினான். 'என்னைய்யா, கடி, எங்க இத்தனை தூரம்? சவாரிமால் பார்க்கிறாயா? புச்சா நெல்லூர் சரக்கு பாபோய், அத்தினி அருமை!'

பாபுவுக்கு இந்தப் பரிபாஷை ஏதும் புரியவில்லை. பால்குண்டு அவன் அருகில் சென்று ரகசியமாகப்

பேசினான். தரகன் பாபுவைப் பார்த்து, 'ஓ அப்படியா! இப்படியே நேராப் போனா ரெண்டாவது சந்து, பத்மராஜு பேர் சொல்லு. உள்ளே விடுவாங்க.'

'வாடா...'

'வரலை குரு...'

'வாடான்னா...'

பாபுவுக்குப் போகவேண்டும் போலவும் இருந்தது. இதயம் படபடவென்று அடித்துக்கொள்ள, நல்ல ஜன நடமாட்டமுள்ள தெருவைத் துறந்து இருட்டான சந்தில் நுழைந்தான். கீழ்ப் பகுதியில் ஷட்டர் போட்டு மூடப்பட்ட கடை. இடது புறம் குறுகலான மாடிப் படியில் பதினைந்து வாட் பல்பு தொங்கியது. அதை அடைத்துக்கொண்டு இரண்டு பெண்கள் பேசிக் கொண்டிருக்க, பாபுவும் பால்குண்டுவும் கடக்கும்போது உரசினார்கள். மாடியில் மேசை போட்டு வயசான ஆசாமி கணக்கு எழுதிக்கொண்டிருக்க வரிசையாக ஆஸ்பத்திரி போலப் படுக்கைகள் போடப்பட்டிருந்தன. ஒரு சிறுவன் மெத்தையைச் சுற்றி எடுத்துச் சென்றுகொண்டிருந்தான்.

'லட்சுமி, லட்சுமி! வெய்ட் பண்ணுங்க, அவதான் வேணுமா, இல்லை...'

'அவதான் வேணும்' என்றான் பால்குண்டு.

பாபுவின் கன்னத்தில் அவன் அறியாமல் கண்ணீர் துளித்து, உருவம் பெற்று, பெரிசாகிக் கோடு போட்டு உருண்டது.

பாபுவின் தாய் கலைந்த தலையைச் சரிப்படுத்திக் கொண்டே வந்தாள். 'இந்தாளுகிட்ட எஷ்ட்ராவா நாப்பது வாங்கு. தரேன்னு சொல்லியிருக்கான். சேட்டு, நோட்டை நீட்டு, எப்படி நம்ம கவிதை?'

'லட்சுமி இவங்க ரெண்டு பேரும் உன்னைப் பார்க்கத்தான் காத்திருக்காங்க.'

அவள் கவனிக்காமல், 'வரச் சொல்லு ஒருத்தர் ஒருத்தரா' என்று உள்ளே செல்லத் தலைப்பட்டாள்.

'லட்சுமி! யார் வந்திருக்காங்க பாத்திங்களா?' என்றான் பால்குண்டு.

பாபு கண்ணீர் வழிய அப்படியே தன் தாயைப் பார்த்துக் கொண்டிருந்தான்.

'அட பாபு, எப்ப வந்த நீ?'

'இப்பத்தான்.'

'என்ன ஒரு மாதிரி இருக்கிறே? பணம் கிணம் ஏதாவது வேணுமா? சேட்டு, கொஞ்ச நேரம் ரெஸ்ட் கொடு. என் மவன் எப்டி இருக்கறான் பாத்தியா. சோக்கா அப்படியே அம்பரீஷ் மாதிரி இல்லை? அடுத்த வருஷம் கல்யாணம் கட்டத்தான் போறேன். வயசு இன்னாங்கறே?'

'உனக்கு இத்தனை வயசில மகனா லட்சுமி? நம்பவே முடியலையே!'

'பத்தொம்பதுதான் ஆறது. என்ன வளர்த்தி பாரு. ஆட்டோ ஓட்டறான். செலவாளி - அவங்க அப்பா மாதிரியே...'

'அப்பா யாரு?'

'அதெல்லாம் கேக்காதே சேட்டு.'

பாபுவை நோக்கி, 'உக்காரு. சோக்ரா பையன் எங்கப்பா? மூணு டீ கொண்டாரச் சொல்லு' என்றாள். 'பால்குண்டு, ரொம்ப மோசம்பா நீ. எதுக்கு இங்கல்லாம் வறீங்க? மரியாதைப் பட்டவங்க வர்ற எடமா இது? எதாவது அர்ஜெண்டா? பாபு, பணம் வேணுமா?' என்று தன் மார்புச் சட்டையிலிருந்த நோட்டுகளை எடுத்து எண்ணினாள்.

'உன்னை... உன்னை இந்த இடத்திலேயே வெச்சுக் கொன்னு... போட்டுரலாம்ன்னு தோணுது' என்றான் பாபு சாவதானமாக.

'செய்துரேன்' என்றாள் நோட்டை எண்ணுவதை நிறுத்தாமல்.

'இதில் நூற்றுப் பதினைஞ்சு இருக்குது. என்னவோ பனியன், டீ சர்ட்டு வாங்கிக்கணும்னியே.'

பாபுவின் கையை பால்குண்டு பிடித்தபோது அது வியர்வையால் ஈரமாக இருப்பதையும் கட்டுக்கடங்காமல் நடுங்குவதையும் உணர்ந்தான்.

'இங்கேயே சேர் போட்டிருக்கு பாரு. உக்காந்திருந்தீங்கன்னா இதோ ஒரு அரை மணியில டூட்டி முடிஞ்சுரும். மூணு பேரும் பேல் பூரி சாப்ட்டுட்டு சினிமா போகலாம்.'

'இல்லை லட்சுமி! நாங்க வர்றோம். வேற வேலை இருக்கு. பாபு வாடா...'

பாபுவை அவன் ஏறக்குறைய இழுத்துக்கொண்டுதான் வந்தான்.

'சாரிடா. உன்னை இங்கே அழைச்சுட்டு வந்திருக்கக்கூடாது. நான் செய்த தப்பு. ரொம்ப ஆடிப்பூட்ட இல்லை?'

'ஒரு செகண்டு எனக்கு அவ தாய்ங்கறதே மறந்து போயிருச்சு குரு. பக்கத்தில் ஏதாவது அருவா இருந்திருந்தா, ஒரே போடு போட்டிருப்பேன். அப்படிக் கோபம் பத்திக்கிட்டு வந்துச்சு. இவ என்னா பொம்பளை பாத்தியா? ஏதாவது அலட்டிக்கிறாளா? செய்யறது தப்பு, பாவம்ன்னு ஏதாவது சொரணை இருக்குதா, பார்த்தியா? இவ என் தாய்டா! எத்தனை தியாகம் பண்ற தாய்களைப் பார்த்திருக்கோம், எம்.ஜி.ஆர். பிக்சர்ங்கள்ள? இவுளும் தாய்டா!'

பாபு ஓர் ஓரத்தில் தலை குனிந்து, ஆட்டோவின் பின்சீட்டில் உடகார்ந்தான்.

'எனக்கு உபத்திரவமே இல்லை, தாயே கெடையாது!'

'சின்னக் குளந்தையிலிருந்து ஞாபகம் இருக்குது குரு. கட்டிலுக்கடியில் படுக்க வெச்சிருவா. என்னவோ பால்ல கலந்து கொடுத்து... தூக்கமா கண்ணைப் பெரட்டும். என்ன என்னவோ சத்தம் கேக்கும்... குரு எனக்கு மட்டும் ஏன் இப்படி? அவங்க அத்தனை பேத்தையும்... அத்தனை பேத்தையும் பத்த வெக்கணும்னு கோவம் பொத்துக்கிட்டு வருது குரு...'

'பத்த வெச்சுரலாண்டா.'

வர்ஷா கதவருகிலேயே ப்ரொபஸர் ராம்பிரகாஷைக் கேட்டாள். 'எதுக்காக என்னை வீட்டுக்கு அழைச்சீங்க?'

'முக்கியமான விஷயம் பேசணும் வர்ஷா.'

'யூனிவர்சிடியிலேயே பேசியிருக்கலாமே.'

'இல்லை வர்ஷா. வீட்டிலதான் இந்தப் பேச்சு நடக்கணும்.'

'எனக்கு என்னமோ புரியலை. ஹலோ மிஸஸ் ராம்பிரகாஷ்...'

'வா வர்ஷா! உன்னை வீட்டுக்கு அழைச்சுட்டு வந்தாச்சா?' என்றாள் அம்ருதா.

வர்ஷா ப்ரொபஸரைச் சங்கடமாகப் பார்த்தாள். 'நான் போய்ட்டு...'

'இரு வர்ஷா!' என்றார் ப்ரொபஸர். 'நீ இந்த க்ரைசிஸைச் சந்திச்சுத்தான் ஆகணும். அம்ரு, வாம்மா. டீ எல்லாம் அப்புறம்.'

'என்னவாம்?' என்றாள் அம்ருதா. அவள் கண்களில் லேசாகச் சந்தேகமும் பயமும் இருந்தன. வர்ஷா தைரியமாக இருந்தாலும் அவளுக்கு இந்தச் சந்தர்ப்பத்தின் காரணம் சரியாகப் புரிய வில்லை. வற்புறுத்தி ராம்பிரகாஷ் அவளை வீட்டுக்கு அழைத்து இரண்டு மூன்று தடவை நினைவுபடுத்தி, ஏறக்குறைய வலுக் கட்டாயமாக அவளை இங்கே இழுத்து வந்திருப்பதில் ஏதாவது ஒரு குறிக்கோள் இருந்தே ஆகவேண்டும்.

'அம்ருதா, உனக்கு ஆச்சரியமாக இருக்கலாம். எதுக்காக இந்தப் பெண்ணை வீட்டுக்கே நான் அழைச்சிருக்கிறேன்னு. அதே போல வர்ஷா உனக்கும் எதுக்காக என் மனைவியை இப்படி நேரடியாக சந்திக்க ஏற்பாடு செய்திருக்கேன்னு... ரெண்டு பேரும் கேளுங்க. அம்ருதா! நடந்தது என்ன ஆனாலும் உம் பேர்ல அன்புங்கறது எனக்குக் குறையவே இல்லை. அதை எத்தனை தடவை திருப்பித் திருப்பிச் சொன்னாலும், நீ புரிஞ்சுக்க மாட்டேங்கறே... நம்ப மாட்டேங்கறே. வர்ஷா, உனக்கு எம்மேல இருக்கற, அது என்ன சொல்றது, ஈடுபாடு, வாத்ஸல்யம்னு எத்தனையோ குறைப்பட்ட வார்த்தைகள்ளாம் இருக்கு. அந்த உணர்ச்சியை என்னால் விவரிக்கவே முடியலை. சைக்கலாஜிகலாப் பார்த்தா, ஃபாதர் சப்ஸ்டிட்யூட்டுன்னும் சொல்ல முடியலை. பிசிக்கலா எம்மேல உனக்கு ஒரு வசீகரம் இருக்கிறது. அந்த வசீகரம்தான் எனக்குப் பயமா இருக்குது. ஏன்னா, நானும் உம் பேர்ல கவரப்பட்டு ஏதாவது விபரீதம் ஆயிடுமோன்னு என் மேலயே எனக்கு நம்பிக்கை இல்லை. அதனால் அந்த விஷயத்தை இப்பவே போட்டு உடைச்சுர்றது பெட்டர். முளையிலேயே கிள்ளிர்றது பெட்டர். பாரு வர்ஷா, வாழ்நாள் முழுவதும் என்னால என் மனைவியை விட்டுப் பிரிஞ்சு

வர முடியாது. அந்த மாதிரி காரியங்களுக்கெல்லாம் இன்னமும் நம்ம சொசைட்டி முழுமையாத் தயாராகலை. என்னை விட்டா அவளுக்கு வேற வாழ்வு இல்லை. அவளை விட்டாலும் எனக்கு... அவ ஒரு நல்ல மனைவி. நேற்றைக்கு அவ மனசில ஒரு விநோதமான சந்தேகம் வந்திருக்கிறது. அதுதான் எனக்குப் பயமா இருக்கு. நாம ரெண்டு பேரும் சேர்ந்துண்டு சதி செய்யறோமாம். சொல்லு அம்ரு, உன் சந்தேகம் என்னங்கறதைச் சொல்லிடு.'

அம்ரு மௌனமாக இருந்தாள்.

'சொல்லு! அந்த ரேப்பை அரேஞ்ச் பண்ணதே நாங்கதானே, சொல்லு! அப்படித்தானே?'

'வாட் நான்சென்ஸ்' என்றாள் வர்ஷா.

'அம்ரு, உன் மனசுக்குள்ள அந்த முள் இருக்கு. அதைத் தோண்டி எடுத்தே ஆகணும், சொல்லிடு.'

'இது நமக்குள்ள விவகாரம். இவ எதுக்கு?'

'இல்லை அம்ரு. இவளுக்கும் இந்த ஷாக் வேணும்.'

'என்ன ஷாக் ப்ரொபஸர்?'

'வர்ஷா சில வகையான உறவு முறைகள் எல்லாம் இந்த நாட்டில் சாத்தியமே இல்லை. மேல்நாட்டு நாவல்களிலயும், சினிமாக் கள்லயும்தான், நீ சொல்றமாதிரி கொஞ்சம் செக்ஸ"ம் இண்டலக் சுவலிஸமும் அடல்ட்ரியும் கலந்த உறவு அனுமதிக்கப்படும். நம்ம சம்பிரதாயத்தில் அதுக்கு இடமே இல்லை. வர்ஷா, உனக்கும் எனக்கும் வயசு ரொம்ப வித்தியாசம். நான் கல்யாணம் ஆனவன். எனக்கு அழகான மனைவி இருக்கா. அவளைக் காப்பாத்தவேண்டியது, அவ மனசில இருக்கிற சந்தேகங்களை யும் பயங்களையும் நீக்கவேண்டியது, எனக்கு மிக மகத்தான பொறுப்பு வர்ஷா. எங்களை விட்டுரு. லீவ் அஸ் அலோன். ப்ளீஸ் லீவ் அஸ் அலோன்.'

ராம்பிரகாஷ் குரல் ஏறக்குறைய அழுகைக் குரலாக மாறியிருந் தது. கண்களில் கண்ணீர் பளிச்சிட்டது.

வர்ஷா சற்று நேரம் அவரையே மௌனமாகப் பார்த்துக் கொண்டிருந்தாள். அதன்பின் ஏதும் பேசாமல் எழுந்தாள். புறப்பட்டாள். மறைந்தாள்.

அவள் போய் முழு நிமிஷம் ஆகிறவரை ப்ரொபஸரையே அம்ரு பார்த்துக் கொண்டிருந்தவள், 'இது என்ன டிராமா?' என்றாள்.

'டிராமா இல்லை, அம்ரு!'

'இதுக்குப் போய், நான் ஏமாறுவேன்னு நினைச்சுண்டிருக்கீங் களா?'

'அம்ரு, என்ன சொல்றே?'

'இந்த டிராமாகூட உங்க ரெண்டு பேரோட சதித் திட்டத்தில் ஒரு பகுதின்னு எனக்குத் தெரியாதா? அவ்வளவு முட்டாளில்லை நான்.'

'அம்ரு, யூ ஆர் இன்ஸேன்' என்றார்.

'இல்லை! இன்னம் எனக்கு மூளை இப்பத்தான் கூர்மையா வேலை செய்யறது. என்னை இன்ஸேனா ஆக்கணும்னு பார்க்கி றீங்க. ஆனா அது முடியாது. ஸாரி! நோ, ஐ ரெஃப்யூஸ் டு பி மாட்!'

17

பாபுவின் மன நிலையை ஒரு கலங்கலான, குழப்பமான நதிக்கு ஒப்பிட முடியும். எண்ணங்கள் தெளிவின்றி இருந்தன. செய்கைகளிலும் தீர்மானம் இல்லை. நேராகப் போய் ஆட்டோ எடுத்து ஒழுங்காகச் சம்பாதித்து அம்மாவைக் காப்பாற்ற வேண்டும் என்கிற எண்ணம் ஒருபுறம் இருந்தது. மறு பக்கம் உலகத்தில் இருக்கிற அத்தனை பெண்களையும் வெறுக்க வேண்டும் என்று கட்டாயமாக ஓர் எண்ணம் வற்புறுத்தியது. பால்குண்டு கெட்டவன், அவன் கூடச் சேரக்கூடாது என்று தோன்றியது. பால்குண்டு சொல்வதை அப்படியே கேட்க வேண்டும் என்கிற வேட்கையும் இருந்தது. எப்போது எந்த எண்ணம் பிரதான வடிவம் எடுக்கும் என்று அவனுக்கே சொல்ல முடியவில்லை.

வீட்டுக்கு வந்தபோது அம்மா கட்டிலில் படுத்திருந்ததைப் பார்த்தான். காலை பத்து மணிக்கு இத்தனைக் களைப்பாகத் தூங்குகிறாள். உடம்பில் புடைவை விலகியிருப்பதை உணராமல் வாயைத் திறந்துகொண்டு... இங்கேயே இந்தக் கணமே இப்போதே... நிறைவேற்றி விடலாமா?'

பாபு தன் தலையைச் சிலுப்பிக்கொண்டு பின் பக்கம் போய் ப்ளாஸ்டிக் வாளியில் வைத்திருந்த தண்ணீரைச் சரித்து முகம் கழுவிக்கொண்டான். மொட்டை மாடி வழியாகக் கடைகளின் சலனம் தெரிந்தது.

திரும்ப அறைக்கு வந்தபோது அம்மா எழுந்து டீ போட்டுக் கொண்டிருந்தாள். 'சொல்லாம கொள்ளாம அங்கே வந்தா எப்படி?' என்றாள்.

'நீ எப்படிச் சம்பாதிக்கிறேன்னு நான் பார்க்கவேண்டாமா?' ஒரு முறை அவனை நிமிர்ந்து பார்த்தாள். 'எல்லாம் அந்தப் பாழாப் போற பால்குண்டு சொல்லித் தரானில்ல? அவன்கூட சகவாசம் வெச்சுக்காதே. உன்னைக் கெடுப்பான். கஞ்சா அடிக்கிறான். சிக்கபேட்டையில் திரியறான்! கெட்டவன்!'

'சொல்றது யாரு?'

'அப்படின்னா?'

'சொல்றது யாருன்னேன்? உனக்கு என்ன தகுதி இருக்குது, மற்றவங்களைக் குறை சொல்ல?'

அம்மா யோசித்து, 'ஓ அதுவா, உனக்குப் பிடிக்கலை இல்லை?'

'இல்லை.'

'ஒண்ணு செய்யி. என்னை வீட்டில வெச்சுச் சம்பாதிச்சுச் சோறு போடு.'

'சம்பாதிக்காம என்ன செய்யறேனாம்.'

'உன் சம்பாத்தியம் பத்தாது பாபு, பத்தாது! ஒரு மாசம் ரெண்டு பேருக்கும் என்ன செலவாகுது தெரியுமா? ஒரு நாளைக்கு இருபது ரூபா கொண்டார. அதிலேயும் பீடி, சிகரெட், டிபன்னு கழிச்சுட்டு, பத்துப் பதினஞ்சுதான் தேறுது. அதில் என்ன... சாப்பிட முடியும் சொல்லு?'

'முயற்சி பண்ணிப் பாக்கிறது...'

அவன் அருகில் ஆம்லெட்டை வைத்துவிட்டு, 'ஒரு முட்டை என்னா விலை விக்குதுங்கறே?' என்றாள்.

'முட்டையில்லாம இருக்கிறது!'

'என்னால் முடியாதுப்பா!'

'உனக்கு வேற தொழில் ஏதும் தெரியாது. அதை முதல்ல சொல்லு.'

'அப்படித்தான் வெச்சுக்கயேன். என்னைப் புடிக்கலைன்னா ஓடிப் போயிடேன். உன்னை யாரு வூட்டுக்கு வரச் சொன்னது?'

'உன்னைப் புடிக்குமே... அதுதானே பிரச்னை' என்று பாபு வெளியே வந்தான். வெயில் சுள்ளென்று உரைத்தது. பால் குண்டுவை இனிமேல் பார்க்கவே கூடாது என்று தீர்மானித்தவன், அனுமந்த நகர் பஸ் ஏறி, பார்பர் ஷாப் போய், 'பால்குண்டு வந்தானா?' என்று விசாரித்தான்.

'வந்தாரு, பார்க் போறதாச் சொன்னாரு.'

பாபு தன் கைக் கண்ணாடியில் பார்த்துக்கொண்டு கன்னத்தைத் தடவிக்கொண்டான்.

'ஷேவிங் பண்ணிரலாமா?'

'காசில்லைடா.'

'காசெல்லாம் அப்புறம். உக்காருங்க!' ஒரு நிமிஷம் தயங்கினான். உட்காரலாம் போலத்தான் தோன்றியது. புஸ் புஸ் என்று அடிக்கும் தண்ணீர் பீய்ச்சலிலும் வாசனைத் திரவியங்களிலும் மனசு தங்கி உட்காரத்தான் நினைத்தான். ஏதோ மன மாற்றத்தில் வேண்டாம் என்றான்.

அவன் போய் ஒரு நிமிஷங்கூட ஆகியிருக்காது. மப்டியில் ஒரு போலீஸ்காரர் வந்து, 'பாபுங்கறவன் இங்கே வந்தானா?' என்றார்.

'இப்பத்தான் வந்துட்டுப் போனாரு.'

'எங்கே போனான்?'

'ஏன் என்ன விசயம்?'

'ஏண்டா! போலீஸ்காரங்களை என்ன விசயம்னு வெசாரிக்கிற அளவுக்கு வந்துட்டியாடா நீ?'

'இல்லைங்க. ஒரு பேச்சுக்குக் கேட்டேன்! பாபு பஸ் ஏறிப் போயிட்டாரு... டிரஸ்ல இல்லீங்களா, அதனால்...'

'எங்கே போறதாச் சொன்னான்?'

'ஏதும் சொல்லலைங்க!'

'எங்கே போவான் வழக்கமா?'

'ப்யகிள் ராக் ரோடில பொம்பளைங்க காலேஜ் இருக்குது பாருங்க... அங்கே பார்க் பக்கத்தில் ரெண்டு பேரும் சுத்துவாங்க.'

'ரெண்டு பேரா?'

'ஆமாங்க, கூட ஒருத்தர் எங்க முதலாளிக்கு வேண்டியவரு.'

'பேரு?'

'பால்குண்டு.'

பாபு பார்க்குக்கு வந்தபோது பால்குண்டுவைக் காணவில்லை. கொஞ்ச நேரம் இலக்கில்லாமல் திரிந்தான். சிகரெட் வாங்கிப் பற்ற வைத்துக்கொண்டபோது போலீஸ் ஜீப் வருவதைப் பார்த்தான். வந்து அருகில் நின்று ஓர் ஆள் இறங்கி, 'நீ தானே பாபு?' என்று கேட்க, பாபு திகிலடைந்து எதிர்ப்புறமாக ஓடினான். அந்த ஆள் ஜீப்பில் மறுபடி ஏறுவதைப் பார்த்தான். புல் டெம்பிள் ரோடிலிருந்து பிரிந்த ஒரு பஸ்ஸில் தொத்திக் கொண்டான். முக்கோணமாகப் பிரியும் இடத்தில் மறுபடி தரை தேய்ந்து இறங்கிவிட்டான். ஜீப் பஸ் பின்னால் செல்வதைக் கவனித்து, 'நல்ல வேளை தப்பித்தோம்' என்று தோன்றியது. கரங்கள் நடுங்கின. எல்லாம் இந்த பால்குண்டுவினால்! கொஞ்ச நாளைக்கு பெங்களூரை விட்டு விலகிப் போய்விடவேண்டும். யாரிடமும் சொல்லாமல் உடுப்பி பக்கம் போய்விடலாம்; இல்லை, திருநெல்வேலி... அது எங்கே இருக்கிறது?

இன்ஸ்பெக்டர் தர்மராஜன், 'இந்த முறையும் விட்டுட்டோம் கிருஷ்ணப்பா' என்றார்.

'இல்லைங்க, திரியும் அந்த பார்பர் ஷாப்பு போகலாம்!'

'போயி?'

'வீடு எங்கன்னு கண்டுபிடிக்கலாம். நம்மைப் பார்த்ததுமே ஓடிட்டான் பாத்திங்களா?'

'வீட்டு விலாசம் நிஸ்சார் கொடுத்திருக்காரு.'

'அங்கே போய்க் காத்திருக்கிறேங்க.'

'நானும் வர்றேன்' என்றார் தர்மராஜன்.

லட்சுமி குளித்து விட்டு டிரான்சிஸ்டரில் பாட்டு கேட்டுக் கொண்டே சமைத்துக்கொண்டிருந்தாள். கண்ணாடியில் ஒட்ட வைத்திருந்த பொட்டுகளில் ஒன்றை எடுத்துக்கொண்டிருந்த போது வாசல் கதவு தட்டப்படுவதையும், ஒரு போலீஸ் இன்ஸ்பெக்டர் உள்ளே நுழைவதையும் பார்த்தாள்.

‘வாங்க...’ என்றாள் புன்னகைடன்.

‘ஓ அப்படியா விஷயம்?’ என்று தர்மராஜன் சுற்றுமுற்றும் பார்த்தார்.

‘என்னங்க இன்ஸ்பெக்டரய்யா, ரெய்டா? சொல்லவே இல்லையே?’

‘இது வேறே மாதிரி ரெய்டு. உன்னைய நான் பலமுறை பார்த்திருக்கேனே மாஜிஸ்ட்ரேட்டு கோர்ட்டில்?’

‘நாம் ரெண்டு பேரும் வேற எங்க சந்திச்சுக்க முடியும்? சொல்லுங்க. என்ன விஷயம்? ஏதாவது மர்டரா?’

‘பாபுங்கறது யாரு?’

‘எம் பையன். ஆட்டோ ஓட்டறவன். என்ன வேணும்?’

‘எங்கே அவன்?’

‘வெளியே போயிருக்கான்.’

‘எப்ப வருவான்?’

‘சொல்ல முடியாது! ராத்திரி திங்க வருவான். நிஸ்சார் பாய்னு ஆட்டோ கம்பெனி மானேஜர். அவர்கிட்டக் கேட்டா சொல்வாரு.’

‘அவர்கிட்டதான் விலாசம் வாங்கிட்டு வந்தேன்!’

‘என்னங்க, ஏதாவது தப்புத்தண்டா பண்ணிட்டானா? பண்ணி யிருந்தா தண்டனை கொடுத்துருங்க. தயங்கவே தயங்காதீங்க. எம்மவனா இருந்தாலும் நியாயம்னு ஒண்ணு இருக்குதில்லை?’

தர்மராஜன் அவள் சொன்னதைச் சரியாகக் கவனிக்காமல் சுற்று முற்றும் பார்த்து, ‘அந்தாளு ரூமு இதா?’ என்று கேட்டார்.

‘அதாங்க.’

தர்மராஜன் அந்த அறையைப் பார்த்தார். ஒட்ட வைத்த காலண்டரில் புஜபல அமெரிக்க பாக்ஸிங் சாம்பியன். அவன் தோளைக் கட்டிக்கொண்டு வேடிக்கை பார்த்துக்கொண்டிருந்த அழகான பெண்ணின்மேல் 'இண்ட்டு' மார்க்கு போட்டிருந்தான். பெட்டியைத் திறந்து பார்த்தால், ஆண் பெண் சம்போக சம்பந்தமான புத்தகங்களும் ஒரு கரளாக் கட்டையும் இருந்தன. 'முப்பது நாளில் ஆங்கிலம்', பழைய தமிழ்ச் செய்திப் பத்திரிகைகள். அவற்றை ஒவ்வொன்றாகப் பார்த்தார். தொடர்ந்து நான்கு நாட்களுக்கு உண்டான செய்தித் தாள்கள்.

அந்தச் செய்தி!

கபன் பூங்காவில் கற்பழிப்பு.

ஆட்டோ ஓட்டிகளை போலீசார் தேடல்.

அதில் குறுக்காக, பென்சிலில் 'கண்டுபிடிக்கவே முடியாது' என்று எழுதியிருந்தது.

'இண்டரஸ்டிங்க்!' என்றார் தர்மராஜன்.

பெட்டியில் இருந்த மற்ற பொருட்களை ஆராய்ந்தார். ஒரு மோதிரம் கிடைத்தது. உடன் ஒரு சிறிய பொட்டலம். விபூதிப் பொட்டலம் போல இருந்தது. பிரித்ததில் ஒரு நீண்ட தலை மயிர் இருந்தது.

'என்னங்க ஏதாவது கெடைச்சுச்சா?'

'கெடைச்சது!'

'எம்மவன் தப்புத் தண்டாவில் உண்டா? அவன் சாதுங்க. கூட பால்குண்டுன்னு ஒரு ஆளு இருக்கான். பொல்லாதவங்க! அவனை முதல்ல அரஸ்ட்டு பண்ணுங்க.'

'சரி! கான்ஸ்டபிள் வாங்க' என்றார். வெளியே வந்ததும், 'இங்கேயே இருங்க. அந்தாளு பாபு வர்றவரைக்கும் இடத்தை விட்டு விலகாதிங்க. டீ சாப்பிடப் போயிராதீங்க. டிஸிபியைப் பார்த்துட்டு வந்துர்றேன். இடையில் பாபு வந்தா உடனே புடிச்சி அரஸ்ட் பண்ணி வையுங்க.'

'இந்தாளுதானுங்களா?'

'இவன்தான், எல்லாம் பொருந்துது.'

டாக்டர் ரகுராம் அம்ருதாவைப் பார்த்துப் புன்னகை புரிந்தார். 'குட் ஈவினிங் மிஸஸ் அம்ருதா.'

'உக்காருங்க. உள்ளே தூங்கிட்டு இருக்காரு.'

'எழுப்பாதீங்க. அப்புறம் வேணா வர்றேன்.'

'உக்காருங்க. எழுந்திருக்கிற நேரம்தான். நீங்க யாருன்னு?'

'டாக்டர் ரகு.'

'கலீகா.'

'இல்லை. யூனிவர்சிடியில் இல்லை. நான் நிம்ஹான்ஸ்ல ஒர்க் பண்றேன்.'

அம்ருதா அவரைச் சற்றுத் தெளிவில்லாமல் பார்த்தாள். 'நீங்க மெடிக்கல் டாக்டரா?'

'அப்படின்னும் சொல்லலாம்; சைக்கியாட்ரி பிரிவைச் சேர்ந்தவன்' என்று வசீகரமாகச் சிரித்தார்.

'என்னைப் பார்க்க வந்தீங்களா?'

'இல்லை. ப்ரொபஸரைப் பார்க்க... அவர்தான் கூப்பிட்டிருந் தார்.'

'எதுக்குப் பொய் சொல்றீங்க? எனக்குப் பைத்தியம். அதுக்கு வைத்தியம் பார்க்க வந்தீங்களா?'

'மிஸஸ் ராம்பிரகாஷ், திஸ் இஸ் பாஸிட்டிவ்லி ராங்!'

'வேற எதுக்கு வீட்டுக்கு வந்தீங்க? அவரைப் பார்க்கணும்னா யூனிவர்சிடியில் பார்க்கிறது! எதுக்கு வீட்டுக்கு வர்றிங்க? நீங்க எல்லாரும் சதி பண்றீங்க. எனக்குக் கட்டாயமாத் தெரியுது... சதி! சதி! கான்ஸ்பிரஸி! என்னைப் பைத்தியம் பட்டம் கட்டி, அந்தப் பெண்ணை என் கணவருக்குக் கட்டி வெக்கச் சதி! சதி!'

'நீங்க என்ன சொல்றீங்க? புரியலை மிஸஸ் ராம்பிரகாஷ்.'

'கெட் அவுட்! எனக்கு உங்க உதவி தேவையில்லை. எனக்கு என்னைக் காப்பாத்திக்கத் தெரியும்.'

அம்ருதா முகம் சிவக்க, மூக்கு நுனி துடிக்க, உச்சக் குரலில் கத்தினாள். 'கெட் லாஸ்ட் யூ பாஸ்டர்ட்! கெட் அவுட் ஆஃப் ஹியர்!'

'அம்ரு!'

அவள் திரும்புவதற்குள் அவள் கன்னத்தில் முழுசாக அறை விழுந்தது.

18

கன்னத்தில் விழுந்த அடியின் ஆச்சரியம் மெல்ல அம்ருதாவின் கண்களில் கண்ணீராகத் துளித்தது. 'என்னை பார்க்கில தனியா விட்டுட்டு, வேதனைக்கு உள்ளாக்கி, ரேப் பண்ண ஏற்பாடு செய்துட்டு, கண் முன்னாலேயே எவளோ ஒரு தெருப் பொறுக்கி பெண் பிள்ளையைக் கொண்டுவந்து காமிச்சு, பைத்தியக்கார ஆஸ்பத்திரிக்கு அனுப்ப ஏற்பாடு செய்து, அதும் பின்னால் கன்னத்தில் பேய் மாதிரி அறைவீங்களா?'

'ஆமாம். அறைவேன்! இந்த மாதிரி பைத்தியம் பைத்தியமாப் பண்ணினா அறையத்தான் அறைவேன்.'

டாக்டர் ரகுநாத், ராம்பிரகாஷின் கைகளைப் பற்றித் தோளை அணைத்து அழைத்துச் சென்றார். 'ராம், ரொம்ப முட்டாள்தனமா நடந்துக்கறீங்க. அவளுக்கு வேண்டியது ஆறுதல். அதைத் தவிர மற்ற எல்லாத்தையும் கொடுத்தும் பிரயோசனமில்லை!'

'ஆறுதல் கொடுக்கறேன் டாக்டர்! மிஸ்டேக் பண்ணிக்கிறாளே! எதுக்கெடுத்தாலும், கொனஷ்டையா அர்த்தம் பண்ணிக்கிறா, பாருங்க!'

'டாக்டர்! அவளைப் புரிஞ்சுக்க ட்ரை பண்ணுங்க. இப்பத்தானே ஒரு அதிர்ச்சிகரமான அனுபவம் ஏற்பட்டிருக்கு. இந்தச் சமயத்தில்...'

'இந்தச் சமயத்தில் என்ன பண்ணனும். சொல்லுங்க. நீங்கதானே எக்ஸ்பர்ட்.'

'என்னைப் பேசவே விடலையே. நீங்க ரெண்டு பேரும் சண்டை போட்டுக்கிட்டே இருக்கீங்களே...'

'சொல்லுங்க. உபதேசம் இல்லாமச் சொல்லுங்க. என்னால ஏதாவது முடியுமான்னு பார்க்கிறேன்!'

உள்ளே டெலிபோனில் அம்ருதாவின் குரல் கணீர் என்று ஒலித்தது. 'அப்பா! நான்தான் அம்ருதா பேசறேன்! பெங்களூர்ல இருந்து, என்னை உடனே வந்து அழைச்சுண்டு போயிருங்க! என்னால இந்த மனுஷன் அடி தாங்க முடியாது!'

'...'

'ஆமா! அடிக்கறார்...'

ராம்பிரகாஷ் தம் நெற்றியைத் தேய்த்து உள்ளங்கையால் அடித்துக்கொண்டார். 'பாத்தீங்களா, திஸ் இஸ் வாட் ஐ கெட்!'

'பதற்றப்படாதீங்க. கொஞ்ச நாளைக்கு உங்க மனைவியை அவங்க போக்கில் விட்டுருங்க!'

ராம்பிரகாஷ் உள்ளே சென்றபோது அம்ருதா அவசரமாகப் படுக்கையில் ஓர் ஏர்பேகைக் கிடத்தி, அதில் வண்ண வண்ண மாகச் சேலைகளைத் திணித்துக்கொண்டிருந்தாள்.

'எங்கே அம்ருதா?'

'நான் எங்கே போனால் உங்களுக்கு என்ன? வர்ஷா இருக்கா! எட்டு ஊருக்கு உங்களைப் பார்த்துக்கொள்வா!'

'அத்தைப் பாட்டி மாதிரி பேசாதே! நீ எங்கேயும் போகலை இப்ப...'

'போய்த்தான் ஆகணும். இல்லை, என்னை உச்சாஸ்பத்திரிக்கு அனுப்பிடுவீங்க.'

'அய்யோ!'

ரகு உள்ளே நுழைந்து, பாருங்க, மிஸஸ் ராம்! உங்க நல்லதுக்குத் தான் சொல்றோம்' என்று இழுத்தார்.

'எனக்கு நல்லது எதுங்கறது எனக்குத் தெரியும்! எங்கப்பா வந்ததும் சொல்லுங்க! அவர்கிட்டே சொல்லி கன்வின்ஸ் பண்ணுங்க! டாக்டர்! தயவு செய்து எங்க பிரச்னையில் தலையிடாதீங்க! இவர் மேலாகப் பேசறதும் உள்ளுக்குள்ளே திட்டமிடறதும் வேறே. எங்க லைப்ல நிறையப் பார்த்துட்டேன். இந்த மனுஷனை எனக்கு நல்லாவே தெரியும்!'

'உன்னைத்தான் எனக்குத் தெரிஞ்சுக்கவே முடியலை அம்ரு.'

டாக்டர் ரகு ஒரு ப்ரிஸ்க்ரிப்ஷன் எழுதினார்.

'ஸ்லோ பாய்ஸனா?' என்றாள் நகைப்புடன்.

'இல்லைங்க, வேலியம். உங்கள் டென்ஷன் கொஞ்சமாவது குறையட்டுமேன்னுட்டு...'

கார் அருகில் டாக்டர் ராம்பிரகாஷும் ரகுநாத்தும் பேசிக் கொள்வதைக் கவனித்தாள் அம்ருதா.

'நான் மாட்டிப்பனா ஆசை... ஆசை' என்றாள்.

இந்த முனையில் ரகு, 'ராம், எப்படியாவது போர்ஸ் பண்ணி யாவது அவளை நர்ஸிங்ஹோம்ல அட்மிட் பண்ண ஏற்பாடு செய்துரு. ஷி ஹாஸ் ஆல் தி க்ளாஸிக் ஸிம்ப்டம்ஸ்!'

'எப்படி ரகு?'

'உங்க மாமனார்கிட்ட சொல்லிப் பாரு. உங்கம்மா வருவாங்களா?'

'ஷி இஸ் எய்ட்டி ரகு.'

'ஏதாவது ஒண்ணு செய். தனியா விட்டுராதே. அவ அப்பாகூடப் பேசிப் பாரு. நல்லவர்தானே!'

'நல்லவரா கெட்டவரான்னு அவரைக் கண்டுபிடிக்கவே முடியாது.'

'தனியா விட்டுராதே. ரொம்ப முக்கியம். மூணு நாள் ஆஸ்பத்திரியில் படுத்திருந்தாப் போதும். சரியாகிடுவா. அதுக்கு முன்னாடி அந்தப் பொண்ணு... என்னவோ சொன்னியே. அவளைக் கிட்ட சேர்க்காதே. அக்ரவேட் ஆகும்.'

'புரியுது. நான் வர்ஷாவைக் கூப்பிடறதே இல்லை! அவதான் வந்து ஒட்டிக்கிறா!'

'இந்த பீரியட் ரொம்ப கிரிட்டிக்கல்.'

ராமுவும் ரகுவும் கை குலுக்குவதைக் கவனித்த அம்ரு கதவைத் தாளிட்டுக்கொண்டாள்.

'அம்ரு அம்ரு' என்று லேசாகக் குரல் கேட்டது. ராம்பிரகாஷ் தான்.

'என்ன?' என்று அதட்டினாள்.

'கதவைத் திற.'

'அங்கிருந்தே சொல்லுங்க.'

'கதவைத் திறயேன். உங்கப்பா என்ன சொன்னார்?'

'வரார்.'

'எப்ப?'

'அதை நான் ஏன் சொல்லணும்?'

'சரி, நானே கண்டுபிடிச்சுக்கறேன்.'

ராம்பிரகாஷ் டெலிபோன் அருகில் செல்ல, அம்ருதா அதைப் பலவந்தமாகப் பிடுங்கிக்கொண்டு 'நான் எங்கப்பாவோட பேசியாச்சு. அவர் வந்து என்னைக் கூட்டிக்கிட்டுப் போவார்...' என்றாள்.

ஒரு கணம் அந்த டெலிபோனைப் பிடுங்கி அவள் மண்டையில் நெத்தவேண்டும்போல் தோன்றிய ஆத்திரத்தை அடக்கிக் கொண்டார். 'அம்ரு, நீ அத்தனை மோசமானவ இல்லை! உன்னால் நிதானமாச் சிந்திக்க முடியும்! யோசிச்சுப் பாரு. நாம கல்யாணம் ஆனதில் இருந்து எத்தனை திகட்டத் திகட்ட சந்தோஷமா இருந்திருக்கோம். நான் சீரியஸாப் படிச்சுண்டிருக்கிறப்ப நீ வந்து என் தலையைக் கலைப்பியே, ஞாபகம் இல்லையா? எத்தனை நாள் போதும் போதும்னு எல்லைகளை எல்லாம் தாண்டி, இன்பத்தின் உச்சியை எல்லாம் தொட்டிருக்கோம். எத்தனை நாள் ஒருத்தரை ஒருத்தர் சும்மாப் பார்த்துண்டே பொழுதைக் கழித்திருக்கோம்! சொற்களுக்குத் தேவையில்லாம எனக்கு நீ... உனக்கு நான்னு... இப்ப அந்த நிலையில் இருந்து என்னைப் பொருத்தவரையில் நான் மாறவேயில்லை. அம்ருதா! ப்ளீஸ் பிலீவ் மி...'

ப்ரொபஸர் நெற்றியைச் சுருக்கிக்கொண்டு கண்ணில் துளித்த ஈரத்தைச் சிரமப்பட்டுக் கட்டுப்படுத்திக்கொண்டார்.

அம்ருதா, 'பின்னே ஏன் என்னைப் பைத்தியம்ங்கறீங்க?' என்றாள்.

'யார் சொன்னா அப்படி?'

'டாக்டர் எதுக்கு இப்ப?'

'ஓக்கே. தப்புதான். இனி டாக்டர் வர மாட்டார்!'

'வர்ஷா?'

'வர்ஷாவும் இனி வரமாட்டா.'

'யூனிவர்சிடியில்?'

'சரி, அங்கேயும் பார்க்கலை! உனக்குக் குணமாறவரைக்கும்.'

'எனக்கு என்ன குணம்? எனக்கு என்ன வியாதி? சொல்லுங்க?'

'ஸாரி, வாய் தவறி வந்துருத்து.'

'வாய் தவறலை. இட் இஸ் எ கான்ஸ்பரஸி. எனக்கு மன நிலை, உடல் நிலை சரியில்லைன்னு பட்டம் கட்டி எல்லாரும் சேர்ந்துண்டு என்னைப் பைத்தியக்கார ஆஸ்பத்திக்கு அனுப்பப் பார்க்கறீங்க!'

'இல்லை... அவ்வளவுதான் சொல்ல முடியும்!'

'சொல்றது ஒண்ணு, நடக்கறது ஒண்ணு!'

'அம்ரு, ரொம்பப் பேசியாச்சு. போதும். நாளைக்குத் தொடரலாம், என்ன? குட் நைட்!'

அப்போது வாயில் மணி அழைத்தது. 'யார் இந்த வேளையில்' என்று வியப்புடன் ப்ரொபஸர் ராம்பிரகாஷ் கதவைத் திறந்தார்.

'சோமசேகர்... என்ன இந்த வேளையில்?'

'குற்றவாளியைக் கண்டுபிடிச்சுட்டோம்.'

'குட். கங்ராஜுலேஷன்ஸ். வேற என்ன நியூஸ்?'

'உள்ளே வரலாங்களா?'

'வாங்க' என்று வரவேற்பில்லாமல் சொன்னாலும் சோமசேகர் அதைக் கவனிக்காது உள்ளே வந்து உட்கார்ந்தார். படுக்கை அறையிலிருந்து அம்ருதா வெளிப்பட்டு, 'ஹலோ மிஸ்டர் சோமசேகர்' என்றாள். அவள் அணிந்திருந்த மாக்ஸி உடை சந்தர்ப்பத்துக்குச் சற்று விரசமாக இருந்தது. அதை அவள் பொருட்படுத்தியதாகத் தெரியவில்லை. சோமசேகர் எதிரே உட்கார்ந்தாள்.

'உங்களுக்கு ஒரு குட் நியூஸ். அந்தப் பையனைக் கண்டு பிடிச்சுட்டோம். பேர் பாபு. இளைஞன்!'

'எப்படிக் கண்டுபிடிச்சீங்க சார்?'

சோமசேகர் தம் பையிலிருந்து எடுத்து உள்ளங்கையைத் திறந்து காட்டினார். 'இந்த மோதிரம்தானே நீங்க தொலைச்சது...'

'அம்ருதா அதை வாங்கிப் பார்த்தாள். 'இது மாதிரித்தான் எங்கிட்ட ஒண்ணு இருந்தது. இது எங்கே கெடைச்சது?'

'அந்தப் பையன் அதைப் பெட்டியில் வெச்சிருந்தான்.'

'அரெஸ்ட் பண்ணிட்டிங்களா?'

'பண்ணப் போறோம். அவன் வர்றதுக்காக வெய்ட் பண்ணிட் டிருக்கோம். அதுக்குள்ள ஒரு தடவை க்ராஸ் செக் பண்ணிரலாம் னுட்டு, மிஸஸ் ராம்பிரகாஷ்! இது உங்களுதுதானே!'

'எப்படிங்க அவளால் அத்தனை தீர்மானமாகச் சொல்ல முடியும்?' என்றார் ப்ரொபஸர் குரலை உயர்த்தி.

'அடையாளம் காட்டிட்டாப் போதுங்க! சொல்ல முடியுங்க!'

'முடியாதுன்னு நெனைக்கிறேன்!'

'ப்ரொபஸர் நான் அவங்களைக் கேக்கறேன். மிஸஸ் ராம்பிரகாஷ்!'

'இந்த மோதிரம் என்னுடையது போலத்தான் இருக்குது! நான் தொலைச்சது போலத்தான் இருக்குது!'

'இதை நீங்க கோர்ட்டில் சொல்லிட்டாப் போதும்!'

'என்னது! ஷி இஸ் நாட் கமிங் டு எனி கோர்ட்!'

'கம் ஆன் ப்ரொபஸர். இதெல்லாம் ஆச்சு, பேசியாச்சு!'

'நோ! பாஸிட்டிவ்லி நோ!'

'நீங்க என்ன சொல்றீங்க?' என்று அம்ருதாவைப் பார்த்தார். 'ப்ளீஸ், தயவு செஞ்சு நீங்க வந்து ஒரு வார்த்தை பேச முடிஞ்சா போதும். ஒரு வார்த்தை, அடையாளம் காட்டக்கூட வேண்டாம். சர்கம்ஸ்டான்ஷியல் எவிடன்ஸ் நெறைய இருக்கு! சம்பவம் நடந்த தேதிகளுடைய பேப்பரையும் கட் பண்ணி வெச்சிருக்கான். சம்பவம் நடந்த சில நாட்கள் ஆட்டோ எடுக்க வரலை! அதுக்கப்புறம் பாரன்ஸிக் எவிடன்ஸ் தயாரிச்சுக்கலாம்! ஆனா ஆதாரமா இவங்களை கோர்ட்டில் பார்த்துட்டாலே, மாஜிஸ்ட்ரேட் பார்த்துட்டாலே போதுங்க! பப்ளிசிடி வேற அதிகமாகப் போச்சா, அதனால அதிகம் தொந்தரவில்லாம முடிஞ்சு போயிரும்! உங்க ஒத்துழைப்பு தேவை.'

'அதான் நான் அப்பவே சொன்னேனே. கமிஷனர் சார்! நான் நிச்சயம் கோர்ட்டுக்கு வரேன். சாட்சி சொல்றேன். எனக்கு அதில் தன்மானப் பிரச்னை ஏதும் இல்லை.'

பாபு ராத்திரி வீடு திரும்பும்போது, எதிரே சைக்கிள் கடை பூட்டியிருந்த பலகையில் தர்மராஜன் உட்கார்ந்திருந்தார். அவர் சீருடையில் இல்லாவிட்டாலும் வெட்டப்பட்ட கிராப்பும், மீசையின் தடிப்பும் அவரை போலீஸ் என்று காட்டிக் கொடுத்தன. பாபுவை அவர் அணுகி, 'பாபு' என்று பரிவாகக் கூப்பிட்டார்.

அவன் திரும்ப, 'டைம் எஷ்டு?' என்றார்.

பாபு கையில் கடிகாரம் இல்லை என்று காட்ட, அதே சமயம் அவன் மனத்தில் ஓர் எச்சரிக்கை மின்னல் புறப்பட்டு போலீஸ் என்று ஒரு கூச்சல் மூளைக்குள் ஒலிக்க, உடனே ஓடினான்.

தர்மராஜன் தன் ரிவால்வரை எடுத்தார்.

இருள் வரும் நேரம் ✻ 141

19

பாபு ஓடி, சந்து திரும்புவதற்குள் தர்மராஜன் சுட்டுவிட்டார். குண்டு அவன் காலின் பின்பகுதியில் பட்டு, சுரீர் என்று வலித்தாலும், எங்கிருந்தோ வந்த பலத்திலும் பயத்திலும் பாபு நொண்டிக்கொண்டே ஓடினான்.

தொடர்ந்து சுடுவது குறி தவறினால் ஆபத்து என்று ஜீப்புக்குள் பாய்ந்து அந்தச் சந்துக்குள் செலுத்தச் சொல்லி அங்கே இறங்கிக் கொண்டார். பாபு மற்றொரு சந்து திரும்புவதைக் கடைசிக் கணத்தில் கவனித்தார். அவன் ஓடியிருந்த பாதையில் ரத்தப் பாதங்கள் பதிந்திருந்தன.

பாபுவுக்கு உடல் எல்லாம் அட்ரினலின் பாய, தலை யிலிருந்து கால் வரை வியர்த்துவிட எந்தத் திசை, எதற்கு என்பதெல்லாம் யோசிக்காமல் ஓடினான்.

சிக்பேட்டை பெங்களூரின் மிகப் பழைய பகுதி களில் ஒன்று. சந்துகள் இரு புறமும் கடைகளால் ஆக்கிரமிக்கப்பட்டு, ஏறக்குறைய ஒற்றையடிப் பாதை அளவுக்குக் குறுகி சைக்கிளும், ஸ்கூட்டரும், கை வண்டியும், மாட்டு வண்டியும், டயர் வண்டியும் இடையே லாரியுமாக மக்கள் அதன் ஊடே நடப்பதே கஷ்டம். பாபுவுக்கு ஓடவேண்டியிருந் தது. ஒரு சந்து திரும்பியதும் எதிர்த் தரப்பில் இருந்து இரண்டு போலீஸ்காரர்கள் வருவதைக் கவனித்துத் திரும்பிப் பின் வாங்குகையில், தர்மராஜன் 'நில்லு!'

சுட்டுருவேன்!' என்று பக்கத்தில் இருந்து கத்துவது தெரிந்து, ஒரு கணம் நின்று ஒரு வீட்டுக்குள் நுழைந்தான்.

அந்த வீட்டில் இரண்டு பெண்கள் - ஹோம் வொர்க் பண்ணிக் கொண்டிருக்க, முகத்திரை அணிந்த பெண்மணி ஆட்டா பிசைந்துகொண்டிருக்க, பாபு ஓடி வந்து ஒரு பெண்ணைப் பலவந்தமாக இழுத்துப் பிடித்துக்கொண்டு, 'சத்தம் போடாதே! கொன்னுடுவேன்' என்று அதன் இரு கைகளையும் பின் பக்கம் மடக்கி மூலைக்கு அழைத்துச் செல்ல, குடும்பத்தின் மற்றவர்கள் அனைவரும் கூக்குரலிட, தர்மராஜன் வந்து சேர்ந்தார்.

பாபு ஓர் ஓரத்தில் ஒரு பெண்ணைச் சிறைப்படுத்தி வைத்திருப் பதையும் துரிதமாகக் கவனித்தார். 'கிட்ட வராதே! பொண்ணு உயிருக்கு ஆபத்து!' என்றான் பாபு.

தர்மராஜன் தயங்கினார். 'பாபு! இதைப் பாரு. இதில் பிரயோ ஜனமே இல்லை. நீ நல்லா மாட்டிக்கிட்டே. இந்தப் பொண்ணை ஏதாவது செஞ்சே, உன்னை அப்படியே சுட்டுப் பொசுக்கிடு வேன். என்னை யாரும் குறை சொல்ல மாட்டாங்க. மூளை இருக்கு பாரு. அப்படியே வெடிச்சுச் செக்கச் செவேல்னு பாளம் பாளமா வெளியே வர்றாப்பல சுட்டுடுவேன். வுட்டுடு அந்தப் பொண்ணை! நாங்க உன்னை அடிக்க மாட்டோம். திட்ட மாட்டோம். சொல்றதைக் கேக்கறியாப்பா!'

பாபு, 'கிட்ட வராதே, கிட்ட வராதே' என்று திரும்பத் திரும்பச் சொன்னாலும் தர்மராஜன் கிட்ட வந்தார்.

'மேரி பச்சி... மேரி பச்சி' என்று இந்திக்காரி சிக்பேட்டை முழுவதும் கேட்குமாறு அலற, 'சுப்' என்று ஒரு கான்ஸ்டபிள் அதட்டினார்.

தர்மராஜன் 'பாபு, சொல்றதைக் கேப்பேயில்ல? கேப்பேயில்ல?' என்று அருகே சென்று அவன் கையைப் பிடித்தார். பாபுவின் கன்னத்தில் பேயறை ஒன்று அறைந்தார். '...ளி! குழந்தையைக் கொல்லுவியாடா நீ?'

பாபு, 'அய்யா, அய்யா, அடிக்காதீங்க!' என்றான்.

விலங்கு மாட்டி வீட்டுக்கு வெளியே கொண்டுவருவதற்குள் பாபுவின் தாய் லட்சுமி ஓடி வந்து, 'அய்யோ, இந்த அநியாயத் தைக் கேக்கறவங்க இல்லையா! என் மவனை அநியாயமா

அழைச்சுட்டுப் போறாங்களே! அவனுக்கு ஒண்ணுமே தெரியாதே! எல்லாம் அந்த பால்குண்டுதானே! அய்யா, அய்யா! என்ன செஞ்சான் என் செல்லம்? என் செல்லம்? கை விலங்கா? என்னது, என்னது?' என்று மிகையாக அலறினாள்.

'லட்சுமி! உம் மவன் என்ன செஞ்சான் தெரியுமா? கபன் பார்க்கில ஒரு பொம்பளையை வண்டியில அழைச்சிட்டுப் போய்க் கெடுத்திருக்கான். தெரியுமில்லை?'

'அய்யோ, அதெல்லாம் செய்ய மாட்டானே, எம்மவன்! பாபு! பாபு! இதெல்லாம் செஞ்சியாடா, நீ?'

பாபு, 'ஆமா! உன் வவுத்துல பொறந்தவன் வேறே என்ன செய்வான்?' என்றான்.

பேச்சப் பார்த்தீங்களா இன்ஸ்பெக்டரய்யா? இவனுக்காக ராப்பகலா உழைச்சு...'

'எங்கே பகல்லே உழைச்சே லட்சுமி?' என்று காவல்காரன் சிரிக்க, பாபுவை ஜீப் வண்டியில் ஏற்றும்போது சின்னப் பயல்கள் 'ஹோ' என்று ஆரவாரம் செய்தார்கள்.

'பாபு, பால்குண்டு எங்கே காமிக்கிறியா?'

பால்குண்டு அப்போது அலங்கார் சலூனில் கழுத்துவரை போர்த்தி ஷேவிங் பண்ணிக்கொண்டிருந்தான். செய்தித் தாள் துண்டில் கொஞ்சம் சோப்பும் கொஞ்சம் ரோமமும் கலந்து வழுவலாக அருகில் இருக்க, கண்ணாடியையே உற்றுப் பார்த்துக் கொண்டு பையனிடம், 'பாபு வந்தானாடா?' என்று கேட்டுக் கொண்டிருந்தபோது,

'இதோ பாபு' என்று பையன் சொல்ல கண்ணாடி வழியாகப் பார்த்தான்.

'என்ன பாபு, பேஸ்த்து அடிச்சிருக்கே?'

'குரு! குரு! போலீஸ்.'

'போலீஸ்ல என்ன செஞ்சாங்க?'

தர்மராஜனை அப்போதுதான் பார்க்க, உடனே அரை சவர நிலையில் எழுந்திருக்க முயற்சி செய்ய, தர்மராஜன் தன் பிரம்பை

அவன் கழுத்தில் பதித்து, 'நகராத, ராஸ்கல்! மாட்டிக்கிட்டாச்சு, நகராதே! கண்ணாடியெல்லாம் சிதறிடும்' என்றார்.

பால்குண்டு அவரை முறைத்துப் பார்த்து, 'ஷேவிங் முடிச்சுட்டு வர்றேன்' என்றான்.

'ஜெயிலுக்குப் போறதுக்கு சேவிங்கா உனக்கு? ஏண்டா, டேய்!'

'எனக்கு வக்கீலைப் பார்க்கணும்.'

'வக்கீலு, வாத்தியார், டாக்டர், யாரை வேணாப் பார்க்கலாம், வாடா சோமாரி.'

'நம்மகிட்டே வச்சுக்காதீங்க' என்றான் பால்குண்டு. இதற்குள் அலங்கார் ஹேர் டிரஸிங் வாசலில் ஜன வெள்ளம் பெருகிவிட, 'ராத்திரி வந்து காசு தர்றேண்டா' என்று அபத்தமாகச் சொல்லி விட்டு சீப்பு எடுத்துத் தலை வாரப் பிரயத்தனம் செய்த பால்குண்டுவை, 'அவ்வளவு திமிராடா உனக்கு? நான் வாரி விடட்டுமா?' என்று துப்பாக்கியால் அவன் தலையை நிரடினார்.

'இதுக்கெல்லாம் நீங்க பின்னால துன்பப்படப்போறீங்க, இன்ஸ்பெக்டர்! நான் யாருன்னு தெரியாது உங்களுக்கு!' என்றான்.

'தெரிஞ்சுக்கறோம். போட்டோ எடுக்கறோம் வா!'

'கேஞ்ச்சா, நஞ்சப்பாகிட்ட போய்த் தகவல் சொல்லிரு. என்ன! இங்கே நடந்ததை எல்லாம் சொல்லிரு என்னா! பாத்துக்கலாம்.'

சோமசேகர் காரை விட்டு இறங்கிக் கதவைத் திறக்க, பின் பக்க சீட்டிலிருந்து டாக்டர் ராம்பிரகாஷும் அம்ருதாவும் இறங்கினார் கள். 'சோமசேகர், இஸ் திஸ் நெஸஸ்ஸரி?' என்று ராம்பிரகாஷ் கேட்க, அதற்குப் பதில் சொல்லாமல், 'வாங்கம்மா' என்று பரிவாக அழைத்தார். காரிடாரில் தட்டிக்கு அருகில் பாபுவும் பால்குண்டுவும் கை விலங்குடன் நின்றுகொண்டிருக்க, பால்குண்டு கையைத் துண்டு போட்டு மறைத்திருந்தான்.

'இவங்கதான்' என்றார் தர்மராஜன்.

'பாருங்கம்மா.'

அம்ருதா தரையைப் பார்த்துகொண்டு நடந்தவள், மெதுவாகப் பார்வையை நிமிர்த்தினாள். இருவரையும் பார்த்தாள். அவர்கள்

இருள் வரும் நேரம் ❋ 145

பார்வையில் வெறுப்பும் பயமும் இருந்தது. 'உள்ளே போகலாம்' என்றாள்.

ராம்பிரகாஷ் அவர்கள் இருவரையும் நிதானமாகப் பார்த்தார். இந்த மாதிரி இளைஞர்கள் எத்தனை பேரைப் பெங்களூரில் பார்த்திருக்கிறோம். எல்லோரையும் போலத் தலை மயிர், எல்லோரையும் போலப் படிப்படியாக முடி வெட்டி, எல்லோரையும் போல் உதட்டில் சிகரெட் கறுப்பு, சதிப் பார்வை... எல்லோரையும் போல்...

ஆனால், ஆனால், இவர்கள்...

என் மனைவியைக் கற்பழித்தவர்கள்!

சோமசேகரின் அறைக்குள் சென்று அவர் மேசைக்கு எதிர் நாற்காலியில் உட்கார்ந்துகொள்ள, 'என்னம்மா, இவங்கதானா? முகம் ஞாபகமாக இருக்குதா?' என்றார் அவர்.

'இல்லை! இருட்டில எப்படி ஞாபகம் வெச்சுக்க முடியும் சொல்லுங்க? ஆனா இவங்கதான் சார், அட்லீஸ்ட், இவங்கள்ள ஒருத்தன்!'

'எப்படிச் சொல்ல முடியும்?'

'அந்த ஸ்மெல், அந்த வியர்வை நாற்றம், அதை என்னால் மறக்கவே முடியாது!'

சோமசேகர் ராம்பிரகாஷைப் பார்த்தார். 'தட்ஸ் நாட் எவிடென்ஸ். ஃப்ரமோன் மூலமாக ஓர் ஆளை... பாருங்கம்மா, இவங்க ரெண்டு பேர்தான்னு உங்களால கோர்ட்டில் சாட்சி சொல்ல முடியுமா? உங்களை க்ராஸ் எக்ஸாமின் பண்ணுவாங்க; அதை அவாய்ட் பண்ணப் பார்க்கிறோம். ஆனா...'

'இவங்கதான்! பேசச் சொல்லுங்க. ப்ளீஸ்!'

'உள்ளே கூப்பிடுறா அந்தத் தா...ங்களை.'

இருவரும் உள்ளே கொண்டுவரப்பட்டனர்.

'பேர் சொல்லுடா சோமாரி!'

'பால்குண்டுங்க.'

'பால்குண்டு, இன்னாடா பேர் அது?'

'பேரு! அதான்!'

'வேற ஏதும் பேர் கெடையாதா?'

''கடி'ன்னு கூட ஒரு பேர் உண்டுங்க' என்று சிரித்தான்.

'சிரிக்கிறயாடா?' என்று சொட்டேல் என்று செவிட்டில் அறைந்தார் தர்மராஜன்.

'தர்மு! கொஞ்சம் இருங்க.'

'நஞ்சப்பா, அவரைத் தெரியுங்க எனக்கு' என்றான் பால்குண்டு.

'எந்தக் கஞ்சப்பாவும் உன்னைக் காப்பாத்தப் போறதில்லை. உம் பேரு என்னடா?'

'பாபு.'

அம்ருதா மெல்ல, 'இதே மாதிரிதான் குரல் இருந்தது' என்றாள்.

'எப்படிச் சொல்றே அம்ரு?'

'குரல்களை மறக்கவே முடியாது என்னால். உங்க குரல், வர்ஷா குரல், செத்துப் போன எங்க அம்மா குரல், தெருவில் கீரை விற்கிறவன் குரல், டிஸிபி குரல், இவங்க குரல்...'

'பாபு. இதைப் பாரு. இந்தம்மாவைத்தானே அன்னைக்கு ஆட்டோவில் கபன் பார்க்காண்ட இட்டாந்தீங்க?'

'முகம் சரியா ஞாபகம் இல்லைங்க.'

'அப்ப ஒரு அம்மாவை இட்டாந்தீங்க.'

'சாவுகிராக்கி, மடக்கறாங்கடா! 'சார், எங்களுக்கு ஒண்ணும் தெரியாது'ன்னு சொல்லுரா பாபு. தெரியாது?'

'அடிக்கிறாங்களே, குரு!'

'குரு... குரு... இப்படித்தான் கூப்பிட்டுக்கிட்டாங்க.'

'பாபு, நீ மரியாதையா குற்றத்தை ஒப்புத்துக்கிட்டா தண்டனை யும் கொறைவு!'

'பாபு, ஏதும் பேசாதே. நஞ்சப்பா, அவருக்குத் தகவல் சொல்லியிருக்கேன். அவரு ஆளை அனுப்பறாரு. நம்மளை யாரும் டச் பண்ண முடியாது. பாருங்க இன்ஸ்பெக்டர், இந்தம்மாதான் எங்களை வரவழைச்சாங்க, தெரியுமில்லை? உள்ளுக்குள்ளே பூந்தீங்கன்னா விஷயம் ரொம்ப ஆபாசமாயிடும்! தெரியுமில்லை?' என்றான் பால்குண்டு. அப்போது 'என்ன இங்கே ரகளை?' என்று கேட்டபடி வக்கீல் வி.ஜி. ராவ் வந்தார்.

20

ராம்பிரகாஷ் மௌனமாகப் பார்த்துக் கொண்டிருக்க வி.ஜி. ராவ் அவரைப் பார்த்துப் புன்னகை புரிந்து, 'ப்ரொபஸர், எம் பேரு கோவர்த்தன ராவ். ஐம் எ லாயர். உங்களைப் பற்றிக் கேள்விப்பட்டிருக்கேன். உங்களைச் சந்திக்கிறதில ரொம்ப சந்தோஷம். இவங்கதான் உங்க...' என்றவர், சோமசேகரைப் பார்த்துத் திரும்பி,

'சார் இது அநியாயம்! இந்த அறியாத பிள்ளைங்க ரெண்டு பேரையும் சாட்சி, வாரண்டு எதுவும் இல்லாம புடிச்சு வெச்சிருக்கிறதா நஞ்சப்பா சொன்னார். திஸ் ஈஸ் த லிமிட்! அட்ராஷியஸ்! கமிஷனர், இந்த நாட்டில் நீதி, நேர்மைன்னு ஏதும் பாக்கியிருக்கா? ப்ரொபஸர், எக்ஸ்யூஸ் மீ, உங்க மனைவிக்கு நிகழ்ந்தவை பற்றி நான் ரொம்ப அனுதாபப்படறேன். ஆனால், அதுக்காக இவங்க அந்தக் குற்றத்தோட ஏதும் சம்பந்தமே இல்லாத...'

'ராவ், பழையபடி குறும்பை ஆரம்பிக்கிறீங்களே! இந்த கேஸ்ல குறுக்கிடாதீங்க. வி ஆர் வெரி வெரி ஷ்யூர். வக்காலத்து வாங்கறது உங்க காரியருக்கு நல்லதில்லை!' என்றார் சோமசேகர்.

'ஐ டிமாண்ட் எ வாரண்ட்!' என்றார் ராவ். அவர் மூக்கு நுனி அடிக்கடி சிந்தியதால், சிவந்திருந்தது. கச்சிதமாகக் கண்களில் துருதுருப்பாக, இரை தேடும் எலி போல இருந்தார்.

'உங்க புரட்டெல்லாம் செல்லாது ராவ்!' என்றார் தர்மராஜன்.

'ஸாரி தர்மராஜன்! உங்க பேரு தர்மராஜனே ஒழிய, நீங்கள் காரிய மெல்லாம் எம தர்மராஜன் மாதிரி பண்றீங்க. நாங்க இந்தக் கேஸை விடமாட்டோம். சம்பவம் நிகழ்ந்த அன்னைக்கு ரெண்டு பேரும் தொட்டபள்ளபூர்ல இருந்திருக்காங்க. நஞ்சப்பா சொல்லி யிருக்கார். அவர்தான் அனுப்பிச்சார். பாருங்க, பஸ் டிக்கெட்.'

'பஸ் டிக்கெட் காட்டினா அவங்க போயிருந்ததா எப்படி நிரூபிக்க முடியும்? கமான், வி.ஜி., பொய் சொல்றதுக்கும் ஓர் எல்லை வேணும். சொல்றதைக் கேளுங்க. இது ஓப்பன் அண்ட் ஷட் கேஸ். ரொம்ப ரொம்ப ஸ்ட்ராங்கா எவிடன்ஸ் இருக்கு. இதில் குறுக்கிடாம இருக்கிறது உமக்கு நல்லது.'

'என்ன எவிடன்ஸ்?'

'அதை நாங்க எதுக்கு உங்ககிட்ட சொல்லணும்?'

'பசங்களை அரஸ்ட் பண்றீங்களா?'

'பண்ணியாச்சு!' தர்மராஜன் அவரைத் தனியாக அழைத்தார்.

'நாளைக்கு முதல் காரியமா மாஜிஸ்திரேட் கோர்ட்டில் கேஸ் ப்ரொட்யூஸ் பண்ணி போலீஸ் கஸ்டடியிலிருந்து அடிச்சு உதைச்சு உண்மையை ஒப்புத்துக்க வெச்சுருவீங்க. அப்படித் தானே?'

'தேவையே இல்லை. அவங்களாகவே ஒப்புத்துக்குவாங்க. என்னடா பாபு?'

'பாபு, பால்குண்டு! பேசாம இருங்க! ஒரு ராத்திரி ஜெயில்ல இருங்க. அடி உதைன்னா சொல்லுங்க. பேப்பர்ல போட்டுட லாம். காலையில் நஞ்சப்பா வந்து பார்க்கறேன்னாரு.'

அவர் போனதும் ராம்பிரகாஷ் வியப்புடன், 'இவர் யாருங்க!' என்றார்.

'இவர் ஒரு தவிர்க்க முடியாத பிரஜை. பேரு கோவர்த்தன ராவ். ரௌடிங்க, ப்ராஸ்ட்யூட்டுங்க, ஊர்ல உள்ள அத்தனை கேடி களுக்கும் வக்காலத்து வாங்கறது, ஸ்லாண்டர் பண்றது, பேப்பர்ல லெட்டர்ஸ் டு தி எடிட்டர் எழுதறது எல்லாம் இவர் தொழில், பொழுதுபோக்கு!'

ராம்பிரகாஷ் தயக்கமாக, 'வேண்டாம் சார், இந்த மாதிரி ஆளுங்களோட எதிர்ப்பு ஏதும் வேண்டாம்னு தோணுது' என்றார்.

'நீங்க வேற! இவங்களுக்கெல்லாம் பயந்தா கோர்ட்டில யாருமே குற்றவாளிங்களைத் தண்டிக்க முடியாது. என்ன நீங்க! இதெல்லாம் சகஜம்.'

'ரொம்ப அசிங்கம் பண்ணிடுவாங்க போல இருக்கே?'

'ப்ரொபஸர், என்ன பண்றது? வி ஹாவ் டு கோ த்ரு திஸ்! சட்டம்ங்கிறது சாக்கடையிலும் வைரம் எடுக்கிறமாதிரிதான்.'

'சாக்கடையும் வேண்டாம். வைரமும் வேண்டாம். ப்ளீஸ் எங்களை விட்டுடுங்க! நாங்க எங்கே வேணா கையெழுத்துப் போடறோம்! அம்ரு, வா போகலாம்.'

அம்ருதா, 'சார் உங்களைக் கெஞ்சிக் கேட்டுக்கறேன். இந்தக் கேஸை நீங்க எடுத்து நடத்தணும். இவர் எதுக்காக இதை ரத்து செய்யணும்னு சொல்றார்ங்கறது எனக்குத் தெரியும். உண்மை வெளியே வந்துடும். அதுக்காகப் பயப்படறார். எல்லாமே என் கணவரும் அந்தப் பெண்ணும் சேர்ந்து செய்ற சதி சார்!'

'இது வேறயா!' என்று டாக்டர் சலித்துக்கொண்டார்.

சோமசேகர் புன்னகையுடன் 'கமான், டோண்ட் டெல் மி தட்! நாங்க ஒரு நிமிஷம்கூட அந்த மாதிரி ஆங்கிள்ள இந்த கேஸைப் பார்க்கவே இல்லை மிஸஸ் ராம்பிரகாஷ்.'

'உங்களுக்குத் தெரியாது. கடைசியில் அதுதான் உண்மையா வெளிவரப் போகிறது. அதற்குப் பயந்துதான் வேண்டாம் வேண்டாம்னு இவர் ஒதுங்கறார். கேஸை நீங்க நடத்தி ஆகணும். நான் எங்கே வேணா வந்து சாட்சி சொல்லத் தயார்.'

ப்ரொபஸர் கொஞ்ச நேரம் அம்ருதாவை நம்பிக்கையில்லாமல் பார்த்தார்.

'அடிக்கப் போறீங்களா, எல்லார் முன்னாலயும்?' என்றாள்.

'அம்ரு, ப்ளீஸ்...'

'அன்றைக்கு சைக்கியாட்ரிஸ்ட்டைக் கூட்டிக்கிட்டு வந்து, அவர் முன்னால அடிச்சாச்சு. இப்ப போலீஸ் ஆபீஸர் முன்னால...'

சோமசேகர் சந்தர்ப்பத்தை உணர்ந்து, 'மிஸஸ் ராம்பிரகாஷ், நீங்க ரொம்ப அஜிடேட்டடா இருக்கீங்க. அதனால்தான் உங்களுக்குத் தப்பா சந்தேகங்களெல்லாம் ஏற்படறது' என்றார்.

'ப்ளீஸ், நீங்களும் அந்தச் சதியிலே சேர்ந்துடாதீங்க சார்!'

'மாட்டோம், கவலைப்படாதீங்க' என்று ஒரு குழந்தையின் விளையாட்டை ரசிப்பதுபோல் சிரித்தார். 'நீங்க எப்ப கோர்ட்டுக்கு வரணும்ங்கிறதை கான்ஸ்டபிள் வீட்டுக்கு வந்து சொல்வார். உங்களுக்கு அசௌகரியம் அதிகம் இல்லாம பார்த்துக்கறோம். கோவர்த்தன் மாதிரி ஆளுங்களையெல்லாம் பார்த்துப் பயப்படாதீங்க, ப்ரொபஸர். இவங்கள்ளாம் நம் நீதி அமைப்பில் தவிர்க்க முடியாத அம்சங்கள்!'

அவர்கள் கிளம்பிச் சென்றதும், சோமசேகர் பால்குண்டுவின் அருகில் வந்து கண் கொட்டாமல் பார்த்தார். தர்மராஜன் அவர் அருகில் நிற்க, பால்குண்டு சோமசேகரை நேரில் பார்க்க இயலாமல் தரையையே பார்த்துக்கொண்டிருக்க, அவன் தாடையை நிமிர்த்தி, 'பேர் என்ன சொன்ன... பால்குண்டா! உன் முகத்தில் பால் வடியறதில்லை, ஏண்டா?' என்றார்.

'வக்கீலய்யா! வக்கீலய்யா!' என்று பால்குண்டு விளித்தான்.

கோவர்த்தன் ராவ் உள்ளே வந்தார்.

'என்ன சார், தர்ட் டிகிரியா?' என்றார்.

'ராவ், லிஸன்! இவங்களைப் போய் டிஃபெண்ட் பண்ணாதீங்க. உங்க தொழிலுக்கு ஒரு மரியாதை கொடுங்க.'

'டிஸிபி சார்! நீங்க உங்க தொழிலுக்கு மரியாதை கொடுத்தா, நாங்களும் கொடுப்போம். நான் ஸ்தலத்தை விட்டுப் போனப்புறம் அவங்களை என்ன பண்ணப் போறீங்க, தெரியாதா? உப்பார்பேட் போலீஸ் ஸ்டேஷன்ல கொண்டு போய் லாக்கப்பில் வெச்சு நிமிர்த்திடுவீங்க. ஊமை அடி! சைக்கிள் ட்யூப்ல மண்ணை ரொப்பி...'

தர்மராஜன் குறுக்கிட்டு, 'உங்க மாதிரி விவஸ்தை இல்லாத லாயர்ங்க, ஏதாவது சட்டத்தில் ஓட்டையைக் காட்டி இவங்க மாதிரி ஆளுங்களுக்கு விடுதலை வாங்கிக் கொடுக்கிறதினால தான் நாங்கள்லாம் ரஃப்பா இருக்கவேண்டியிருக்குது!'

'தர்மு, கொஞ்சம் சும்மாயிருப்பா!'

'அது எப்படி சார்! நீங்க இவங்கதான் குற்றவாளின்னு சொல்ல முடியும்? சம்பவம் இருட்டில நடந்திருக்கு. யார் மூஞ்சியையும் யாரும் பார்த்ததில்லை. பாபு, ஆட்டோ ஓட்டினான்கிற ஒரே சாட்சியைத் தவிர வேறே ஏதாவது இருக்கா?'

'நிறைய இருக்கு வி.ஜி.!'

'பார்த்துடலாம் சார்! எங்கிட்டேயும் நிறைய சாட்சி இருக்கு!'

'சந்தோஷம்.'

'அந்தம்மாவுக்கும் பால்குண்டுவுக்கும் சினேகிதம் இருக்கிறதா நான் நிரூபிக்கறேன்னு வெச்சுக்குங்க. அப்ப நடந்தது ரேப் ஆகுமா, சொல்லுங்க?'

சோமசேகர் நம்பிக்கை இல்லாமல் கோவர்த்தன் ராவைப் பார்த்தார். 'வி.ஜி., நீ இன்னும் அந்த லெவலுக்குப் போக மாட்டேன்னு நெனைக்கிறேன்.'

'நஞ்சப்பா சார்! நஞ்சப்பா!'

'சோமசேகர்! சொல்றதைக் கேளுங்க. ட்ராப் இட்! திஸ் கேஸ் ஈஸ் வெரி ஹாட். நீங்கதான் வருத்தப்படுவீங்க.'

'பார்க்கலாம்.'

'கண்ணா, ஜெயில்ல அடிச்சாங்க, பேசாம உதை வாங்கிக்கங்க. ஆனா வாயைத் திறக்காதீங்க. எதிலேயும் கையெழுத்து போட வேண்டாம். நாளைக்குப் பதினொரு மணிக்குள்ளே உங்களை மாஜிஸ்திரேட் முன்னால நிறுத்தி கஸ்டடி வாங்கிக்கணும். அதுக்குள்ளே வந்துடுவேன். சார், காலைல கைதிங்களுக்குக் காப்பி, கீப்பி வாங்கிக் கொடுங்க, பட்னி போடாதீங்க. எனக்கு ஜோலி இருக்கு, வர்றேன்.'

அவர் போன திசையைச் சோமசேகர் பார்த்து, 'இந்தாளை உள்ளே போட முடியாதா, தர்மு?' என்று கேட்டார்.

'முடியாது' என்றார் தர்மு சிக்கனமாக.

கோவர்த்தன் ராவ் கமிஷனரின் அலுவலகத்தை விட்டு வெளியே வந்தவர், அவசரமாக ப்ரொபஸர் ராம்பிரகாஷைத் தேடிச் சென்றார். ப்ரொபஸரும் அம்ருவும் மௌனமாக பியட்

காரில் ஏறிக்கொண்டிருக்கிற சமயம் பார்த்து, 'சார், ஒரு விஷயம்' என்று தடுத்து நிறுத்தினார்.

'என்ன?'

'ஒண்ணுமில்லே. இந்த கேஸ்ல அவங்க சாட்சி சொல்லப் போறாங்களா?'

'ஆமாம்!'

'அதனுடைய பலா பலன்கள் எல்லாம் தெரியுமா உங்களுக்கு?'

'தெரியாது. தெரிஞ்சுக்க விருப்பமில்லை.'

'அனாவசியத்துக்கு எதுக்காக, புஷ்பம் மாதிரி இருக்காங்க, அவங்களை கோர்ட்டில் கொண்டு வந்து நிறுத்தறீங்க?'

'நான் நிறுத்தலைய்யா, அந்தம்மாதான் நிக்கணும்ங்கறாங்க.'

அம்ருதா கவனிக்காமல் நேர்ப் பார்வை பார்த்துக்கொண்டிருக்க,

'பேசாம அவுட் அஃப் கோர்ட் செட்டில் பண்ணிரலாம் இல்லை?'

'என்ன செட்டில்?'

'நஞ்சப்பா தெரியுமில்லை. நஞ்சப்பா?'

'தெரியாது?'

'என்ன சார் நஞ்சப்பா தெரியாதுங்கறீங்க! டாக்டரா இருக்கீங்க. இன்றைக்கு அவர் பேர்ல மூணு மெடிக்கல் காலேஜ் வேற வேற ட்ரஸ்ட்ல ஓடறது. நானூறு வீடு கொண்ட ஒரு காலனி. அப்புறம் ஒரு பத்திரிக்கை. எதுக்காக அவரைப் போய் எதிர்த்துக்கணும்? சொல்லுங்க. இந்த பால்குண்டு நஞ்சப்பா ஆளு. தங்கமான பையன் சார். இது ஃபால்ஸ் கேஸ். போலீஸ்காரங்க கேஸை முடிக்கணும்ங்கிறதுக்காக அந்த வேலைத் தனம் காட்றாங்க. அந்த ட்ராப்ல போய் ஆப்டுக்கறீங்க. உங்களுக்கும் நிம்மதி. எங்களுக்கும் நிம்மதி. அதை அவுட் ஆப் கோர்ட்டில் செட்டில் பண்ணிர்றதுதான் உத்தம். இல்லைன்னா ரொம்ப...'

'என்ன ஆகும்? சரியா, பலமாச் சொல்லுங்க வி.ஜி.ராவ்! என் மனைவியும் கேட்டுக்கட்டும்.'

'என்ன என்னவோ ரசாபாசமான விஷயங்கள்லாம் வெளியே கொண்டுவர வேண்டியிருக்கும்!'

ப்ரொபஸர், 'கேட்டியா அம்ரு. இது ஒரு சாக்கடை. இதை அவாய்ட் பண்ணணும்ங்கிற நல்ல எண்ணத்தில்தான்...' என்று இழுத்தார்.

'காரை ஸ்டார்ட் பண்றீங்களா?' என்றாள் அம்ருதா.

21

காரில் திரும்பிச் செல்லும்போது அம்ருதா மௌனமாகவே வந்து கொண்டிருந்தாள். ராம் பிரகாஷ்தான் இடைவெளி இல்லாமல் பேசினார். 'உனக்கு எப்படிப் புரிய வைக்கறதுன்னே எனக்கு மலைப்பா இருக்கு, அம்ரு. நானும் நீயும் சந்தோஷமா இருந்த நாட்களை வெச்சா, இல்லை நான் உன்னை எத்தனை விரும்பி உன்னைப் பற்றிக் கவிதையெல்லாம் எழுதி வெச்சிருக்கேனே அந்த நாட்குறிப்புகளை வெச்சா, நீ உங்கப்பாகூட போயிருந்தபோது தினம் லெட்டர் எழுதினேனே அதை ஞாபகப்படுத்தியா! அம்ரு, என்னுடைய ஆதாரமான விசுவாசத்தை நீ சந்தேகப்படவே கூடாது. ஒரு யூனிவர்சிடி ப்ரொபஸர் தன்னுடைய பொது வாழ்க்கையிலே, அலுவல்கள்ல பல பேரைச் சந்திச்சே ஆகணும். அதுவும் வர்ஷா போன்றவர் களைச் சந்திக்கிறது தவிர்க்க முடியாத அம்சம். அதனால ஆதாரமா உனக்கு உன் புருஷன்மேல் நம்பிக்கை தேவை. என்னைப் பாரு... எனக்கு உன்னை விட்டா யாரும் இருக்காங்களா, சொல்லு அம்ரு!'

அவள், 'ரோட்டைப் பார்த்து ஓட்டுங்க' என்றாள்.

'மை காட் அம்ரு, நீ அத்தனை மோசமானவள் இல்லை. நீ பாசாங்கு பண்றே!'

'எதுக்காக இந்தப் பீடிகையெல்லாம்?'

'கோர்ட்டிலே உன்னை அவமானப்படுத்துவா அம்ரு. அந்த வக்கீல் என்ன என்னவோ கேள்வி கேட்டு உன்னை...'

'நடுத் தெருவிலே, பொது இடத்திலே, நேரடியாகக் கற்பழிக்கப் பட்ட அவமானத்தையே தாங்கியாச்சு! கோர்ட்டில் அவமானம் எந்த மூலைக்கு?'

ராம்பிரகாஷ் வாயடைத்துப் போய்ச் சற்று நேரம் மௌனமாகி மெதுவாகச் சொன்னார்: 'இதுக்கு எங்கிட்ட பதிலே இல்லை... யூ ஆர் ஜஸ்ட் ஸ்டபர்ன். நடக்கறதுக்கெல்லாம் நீதான் ரெஸ்பான்ஸிபிள். அப்புறம் நான் எச்சரிக்கலேன்னு சொல்லாதே!'

'முன்னே நான் பைத்தியம்னீங்க. இப்ப ஸ்டபர்ன், பிடிவாதம்ங் கறீங்க. அந்த மட்டும் இம்ப்ரூவ்மெண்ட்தான்.'

பால்குண்டுவும் பாபுவும் போலீஸ் கஸ்டடியில் வைக்கப் பட்டார்கள். போலீஸ் ஸ்டேஷன் பேஸ்மெண்டில் இருந்த ஒரே அறையில் அடைக்கப்பட்டார்கள். அவர்களுக்குக் காப்பியும் ரொட்டியும் கொடுக்கப்பட்டது. பாபு ரொம்ப நேரம் வெற்றுப் பார்வை பார்த்துக்கொண்டு கான்கிரீட் நீட்டலாக இருந்ததில் உட்கார்ந்திருந்தான். பால்குண்டுதான் இங்குமங்கும் நடந்தான்.

'குரு உன்னாலதான் குரு. நான் தனியா இந்தக் காரியம் செய்திருக்கவே மாட்டேன்.'

'பேசாதே... நாமதான் அதைச் செஞ்சோம்னு யாரும் நிரூபிக்க முடியாது. வக்கீல் சொன்னார், கேட்டே இல்லை?'

'இப்ப என்ன ஆகும்?'

'மாஜிஸ்திரேட் கோர்ட்டுக்குக் கொண்டுபோய் நிறுத்துவாங்க. கஸ்டடி கேப்பாங்க. ஜெயில் மாத்துவாங்க. நெறைய முறை ஆயிருக்கு. உனக்கு இது முதல் - புதுசு இல்லை? டேய் உங்கம்மாடா!'

'என் ராசாக் கண்ணு. நான் பெத்த மவனே...' என்று லட்சுமி கண்ணீரில்லாமல் அவனை நோக்கி அழுதுகொண்டே வந்து கம்பி அருகில் நின்றாள்.

பாபு சுவர்ப் பக்கம் திரும்பிக்கொண்டான்.

'பாளாப்போற சினேகம் வேண்டாம்னு சொன்னேனில்ல?'

'தாயி! என்மேல போடாதே. உம்மவன்தான் எம் பின்னால் அலைஞ்சான். பாபு, நான் பார்பர் ஷாப்பிலேயே சொன்னேனா, இல்லையா, என் ரூட்டு வேற, எங்கூடச் சேர்ந்தா ஆபத்து, இதெல்லாம் சகஜம்னு?'

'போலீஸ்காரய்யா, எம்மவனுக்கு பேல் பூரி வாங்கித் தரவா?'

'கொடு லட்சுமி, உம்மவனுக்கு இல்லாமயா?'

'எப்ப வுட்டுடுவாங்க?'

'அதெல்லாம் சொல்ல முடியாது.'

'பாபு, பாபு, என் செல்வம்!'

பாபு திரும்பவே இல்லை.

'எம்மேல கோவம்தானே! உனக்காகத்தானே நான் இந்த நாய்ப் பொழைப்பு பொழைக்கறேன். எனக்கு உம்மேல பிரியம் இல்லைங்கறியா பாபு? உனக்கு பாங்கில உம் பேர்ல பணம் போட்டு சேர்த்து வெச்சிருக்கிறதைச் சொல்லவா, உன் படிப்புக்காக ட்யூசன் வெச்சு, வாத்தியார் சோமப்பா ஒருக்கா என்னைப் பார்க்க வந்தபோது...'

'புலம்பாதே நிறுத்து. உன்னையும் உள்ளே தள்ளிடுவாங்க!'

'பாபு என்னைப் பார். பால்குண்டா சொல்லுரா, நான் என்னடா செய்தேன்? நான் என்னடா தப்புச் செஞ்சேன்?'

பாபு சட்டென்று திரும்பினான். 'இருக்கிறதே தப்புதான். உன்னாலதான் நான் இந்த நெலைக்கு வந்தேன்.'

'எப்படி? சொல்லு. மாத்திக்கிறேன்.'

'உன்னை மாத்தவே முடியாது.'

'பாபு, பாரு கண்ணு, இதெல்லாம் அப்பவே வுட்டாச்சு. இப்ப ஐடிஐயாண்ட புல் வெட்டிக்கிட்டு இருக்கேன். தினமும் பத்து ரூபா. காப்பி டிபன் தர்றாங்க. பாபு அதெல்லாம் வுட்டுட்டேன் பாபு!'

'பொய்யி. நேத்துத்தான் உன்னைப் பார்த்தேன். ஆட்டோல போய்க்கிட்டிருந்தே.'

'அது நம்ம பூசாரிங்க, போலீஸ்காரய்யா.'

'ஏதாவது வாய்க்கு வந்ததைச் சொல்லு.'

பாபு கண்ணீருடன் 'வெக்கமா இல்லை, உனக்கு?' என்றான்.

லட்சுமி கண்ணைத் துடைத்துக்கொண்டவள், 'என்ன வேணும் உனக்கு? நான் செத்துப் போயிடணும், அவ்வளவுதானே!'

'அதெல்லாம் வேண்டாம், போ. எம் முன்னாலே நிக்காதே. உன்னைப் பார்க்கவே விருப்பம் இல்லை. அவ்வளவுதான் சொல்வேன்.'

'இன்னாடா இப்படிச் சொல்றான்? பால்குண்டு சொல்றா! இவன் கிட்ட 'அன்னையும் பிதாவும்'னு என்னவோ பெரியவங்கல்லாம் சொல்லியிருக்காங்களே சொல்லுரா! பெத்த தாய்டா. இவனுக் காக ஆஸ்பத்திரியிலே என்னா பாடுபட்டேன்? சின்ன வயசில கால்ரா வந்து எத்தினி நாளு இவனைக் கையிலேயே ஏந்தியிருக் கேன். மகமாயிக்காக எத்தனை விரதம் இருந்திருக்கேன். எத்தனை கோவிலு? எத்தனைக் குளம்.'

'எத்தனை ஆம்பளைங்க!'

'நான் என்னடா செய்வேன்? எப்படிரா நான் பொறந்ததையும் வளர்ந்ததையும் எங்கப்பனே என்னை வித்ததையும் சொல்வேன், பாபு!'

'சொல்லாதே. என்னைத் தேடிக்கிட்டு செயிலுக்கு வராதே, அவமானமா இருக்குது.'

கொஞ்ச நேரம் அவனையே முறைத்துப் பாரத்துக் கொண்டிருந் தவள், மேற்கொண்டு எதுவும் பேசாமல் புறப்பட்டுப் போக,

'குரு, இவளை என்னா செய்வேன்?' என்றான் பாபு.

'நானா இருந்தா அம்மான்னு பார்க்காம கண்டதுண்டமா வெட்டிப் போட்டிருப்பேன்!'

'ஒரு சில சமயம் இவ செய்யறது நிசமாத் தப்புத்தானான்னு யோசனை வருது குரு.'

'அதிலே என்னடா சந்தேகம்?'

'நாம செய்தது?'

'நாம செய்ததும் தப்புத்தான்!'

பாபு மௌனமாக இருக்க, 'நாம ஆம்பளைங்க!' என்றான் பால்குண்டு.

இரண்டாவது மெட்ரோபாலிட்டன் கோர்ட்டைக் கடைசியாக வந்தடைந்தபோது, ராம்பிரகாஷுக்கு பிரமிப்பாக இருந்தது. கட்டடம் நவீனமாகத் தோன்றினாலும் ஒரு ரெயில் நிலையத்துக்குச் சமானமான ஜனப் புழக்கத்தின் சுவடுகள் அதன் மாடிப்படிகளிலும், லிப்ட்டுக் கிறுக்கல்களிலும், காண்டீன் அசுத்தத்திலும் தெரிந்தன. எல்லோரும் எல்லாத் திசைகளிலும் நடந்து கொண்டிருந்தார்கள். கறுப்புக் கோட்டு லாயர்கள் காற்றில் உடை பறக்க, வேகமாகப் போய்க்கொண்டிருந்தார்கள். மரத்தடியில் டாக்சிகளும் டைப்ரைட்டர்களும் நிழலுக்கு ஒதுங்கியிருந்தன. அம்ரு அந்த இடத்துக்குப் பொருத்தமில்லாததை பலர் பிரமித்துப் பார்த்தார்கள். ஹெட் கான்ஸ்டபிள் கன்னடத்தில் எழுதியிருந்த பெரிய கத்தையான காகிதங்களைச் சேகரித்து வைத்துக்கொண்டு, ராம் பிரகாஷையும் அம்ருவையும் கோர்ட்டின் அறையின் உள்ளே அழைத்துச் சென்று, இடது புறம் வரிசையாகப் போட்டிருந்த நாற்காலிகள் இரண்டில் உட்கார வைத்தார். அம்ரு லேசான நீல நிறத்தில் ஸாரி அணிந்து கறுப்புக் கண்ணாடி போட்டிருந்தாள். ராம்பிரகாஷ் சுற்றுமுற்றும் பார்த்தார். ஒரு சிப்பந்தி அவரிடம் வந்து, 'காலை குறுக்கப் போட்டுக்காதீங்க' என்றார்.

எதிரே கோர்ட்டு மையத்தில் மாஜிஸ்திரேட்டுக்கு மேலே காந்தி தேசியப் புன்னகை செய்துகொண்டிருக்க, இடது புறம் சாட்சிக் கூண்டில் சத்தியப் பிரமாணம் பர்மனெண்டாக எழுதி ஆணி அடித்து வைத்திருந்தது.

மாஜிஸ்திரேட்டுக்கு நேர் எதிரே குற்றவாளிக் கூண்டுகள் இருந்தன.

சுற்றும் முற்றும் பார்த்தபோது, எதிரே கோவர்த்தன் ராவ் கொஞ்ச நேரமாகவே டாக்டரின் கவனத்தைக் கவர முயற்சி செய்து கொண்டிருந்தார். பார்த்ததும், சிரித்து, 'சௌக்கியமா?' என்று சைகையால் கேட்டார்.

ஏதோ கேஸை யாரோ விசாரித்துக்கொண்டிருக்க, மாஜிஸ்திரேட் அவ்வப்போது ஒத்தி வைப்பதையும் கவனித்தார்.

தர்மராஜன் கோர்ட்டுக்குள் நுழையுமுன் விரைப்பாக சல்யூட் அடித்துவிட்டு, டாக்டர் ராம்பிரகாஷிடம் வந்தார். 'கொஞ்சம் வரீங்களா? நீங்களும் வாங்கம்மா.'

மெதுவாகப் பக்கவாட்டில் அவர்கள் இருவரையும் கோர்ட்டுக்கு வெளியே அழைத்துச் சென்று, 'ப்ராஸிக்யூட்டர் கேக்கற கேள்விக்கெல்லாம் சுருக்கமா பதில் சொன்னாப் போதும்மா. அந்த ஆளு ராவ் எதுனாச்சம் கேட்டா தெரியாதுன்னே சொல்லிருங்க' என்று எச்சரித்தார்.

'இன்ஸ்பெக்டர், எனக்குப் பயமா இருக்கு' என்றாள் அம்ரு.

'அம்ரு, இப்பக்கூட போயிரலாம். வேண்டாம் இது.'

'இல்லை' என்றாள்.

'அபாண்டமா எது சொன்னாலும் ரியாக்ட் பண்ணாதீங்க.'

'என்ன சொல்லப் போறான்?'

'அதான் அன்னைக்குக் கோடி காட்டினாங்களே.'

அம்ரு முதன்முறையாகத் தன் கணவனின் கரத்தை இறுக்கமாகப் பற்றிக்கொண்டாள். ராம்பிரகாஷ் அதை அழுத்தினார். 'கவலைப் படாதே பெண்ணே' என்றார்.

ஏறக்குறைய மதிய உணவு நேரம் வரை காத்திருக்க வேண்டி யிருந்தது. அதன்பின்தான் பாபுவும் பால்குண்டுவும் குற்றவாளிக் கூண்டில் கொண்டுவந்து நிறுத்தப்பட்டனர். ராம்பிரகாஷ் அந்த இருவரையும் பார்த்தார். தலை கலைந்து, அடர்த்தியாக வளர்ந்து, குப்பையாக இருந்தது. கண்களில் குற்றமோ, வருத் தமோ இல்லாமல் இருந்தான் பால்குண்டு. பாபு மிரட்சியாகப் பார்த்துக்கொண்டிருந்தான். 'இவங்கதான் அம்ரு' என்றார்.

கோவர்த்தன் ராவ் எழுந்து மாஜிஸ்திரேட் அருகில் சென்று பேசினார். அவர் குனிந்து கேட்டார். 'ஆர் தே ஹியர்?'

ப்ராஸிக்யூட்டிங் இன்ஸ்பெக்டர் எழுந்து, 'இருக்கிறார்கள்'' என்றார். அவரும் மாஜிஸ்திரேட் அருகில் வந்து பேச, 'மிஸஸ் ராம்பிரகாஷ், ப்ளீஸ் கம்' என்றார்.

ராம்பிரகாஷ் அவளுடன் சாட்சிக் கூண்டுவரை நடந்து அருகிலேயே இருந்த முதல் நாற்காலியில் உட்கார்ந்துகொள்ள மாஜிஸ்திரேட் அவளை, 'ப்ளீஸ் ரிமூவ் யுவர் ஸன் க்ளாஸஸ், உங்க பேரு?' என்று கேட்டார்.

22

மாஜிஸ்திரேட் அவளை அன்பாகத்தான் பார்த்து, 'உங்க பேரு என்ன?' என்று கேட்டார்.

அம்ருதா சுற்றிலும் பார்த்தாள். எதிரே பார்த்தாள். நிமிர்ந்து பார்க்காத பாபு, நிமிர்ந்து அவளைப் புன்னகையுடன் பார்த்துக் கொண்டிருந்த பால்குண்டு, கணவன் ராம்பிரகாஷ் எல்லாரையும் பார்க்க அவளுக்கு பயம் அதிகமாகி நாக்கு உலர்ந்தது. மெதுவாக 'அம்ருதா' என்றாள்.

'மிஸஸ் ராம்பிரகாஷ், சம்பவம் நடந்த அன்றைக்கு என்ன என்ன நடந்ததுன்னு வெவரமாச் சொல்லுங்க.'

அம்ருவின் மனத்தில் அந்த ராத்திரி ஓடியது. அந்த முகங்கள், ஆட்டோவின் சப்தம், கதறல்கள், வியர்வை, மண்டபம், மார்பின் மேல் அழுத்திய கரங்கள்...

'பஸ்... பஸ் கெடைக்காம...'

'பார்டன்?'

'பஸ்ஸுக்காக... என்... பஸ்ஸில் வரும்படியா இல்லை. கல்யாணம் ரிசப்ஷன் கார்ல போய்க்கிட்டு இருந்தபோது பஸ்... கார் நின்னு போயி...'

'மிஸஸ் ராம்பிரகாஷ், நீங்க சொல்றதை சரியா தொடர்ச்சியாச் சொல்லுங்க. அர்த்தம் பண்ணிக்க முடியலை.'

'தாகம்! நாக்கு உலர்றது.'

'அதாவது பஸ்ஸுக்குக் காத்திருந்தபோது தாகமா இருந்தீங்களா?'

'இப்ப தாகம்' என்றாள்.

'ப்ளீஸ் கிவ் ஹர் வாட்டர்!'

'மிஸ்டர் ப்ராஸிக்யூட்டர், நீங்க ஒரு ஸம்மரி மாதிரி கேக்கறது நல்லது. இவங்க குழப்பத்தில் இருக்காங்க. என்ன மிஸ்டர் கோவர்த்தன் ராவ், உங்களுக்குச் சம்மதம்தானே?' என்றார் மாஜிஸ்திரேட்.

ராவ் எழுந்து, 'நோ யுவர் ஆனர், ஒரு ஸம்மரிக்கு நான் ஒப்புத்துக்க முடியாது. இண்டியன் எவிடன்ஸ் ஆக்ட் படி...'

'கமான் ராவ், ஷி ஈஸ் எ உமன்!' என்றார் இன்ஸ்பெக்டர்.

'சட்டத்துக்கு முன்னால மேன், உமன் ஏதும் கிடையாது, இன்ஸ்பெக்டர்! கோர்ட்டில் கூண்டில் நிறுத்தியாச்சுன்னா... அதுக்குன்னு வழிமுறைங்கள்லாம் இருக்குது.'

'விஜி, உங்க லைன் ஆப் ஆர்க்யூமெண்ட் என்ன?' என்றார் மாஜிஸ்திரேட்.

'ஸாரி யுவர் ஆனர்! இந்த கேஸே ஜோடிச்ச கேஸ். என் க்ளையண்டு இந்தம்மாவை ரேப் பண்ணதாச் சொல்றாங்க. அது முழுக்கத் தப்பு, பொய்! இந்தம்மாதான் என் க்ளையண்டை ரேப் பண்ணதா நிரூபிக்கப் போறோம்!'

'அப்படியா!'

'ஸாரி யுவர் ஆனர். இந்த கேஸ் ரொம்பச் சிக்கலானது. இந்தம்மா என் க்ளையண்டைச் சம்பவ தினத்துக்கு முன்னாடி ஒரு வருஷமா சந்திச்சுக்கிட்டு இருந்திருக்காங்கிறதுக்கு ஆதாரமாகச் சாட்சி கொண்டு வரப் போறோம்!'

மாஜிஸ்திரேட் நிமிர்ந்து பார்க்க, ப்ராஸிக்யூட்டிங் இன்ஸ்பெக்டர், 'மை காட், திஸ் ஈஸ் தி லிமிட்!' என்று அதிர்ந்த குரலில் சொன்னார்.

'எது லிமிட் மிஸ்டர் இன்ஸ்பெக்டர்? தேர்ட் டிகிரி முறைகளை வெச்சுக்கிட்டு கன்ஃபெஷன் வாங்கறதா? இல்லை இதா?'

‘ராவ் டொண்ட் டெல் மி! திஸ் ஈஸ் ரிடிக்யுலஸ்!’

‘அப்படி ஒண்ணும் அது ரிடிக்யுலஸ் இல்லேங்கறது சாட்சிகள் மூலம் வெளிப்படும்.’

‘மிஸ்டர் ப்ராஸிக்யூட்டர், கேஸ் இந்த மாதிரி திரும்பப் போறதுன்னு நான் எதிர்பார்க்கவே இல்லை!’

‘இது ரொம்பக் கவர்ச்சிகரமான கேஸ் யுவர் ஆனர். என் க்ளையண்டுக்கும் சாட்சிக் கூண்டில் இருக்கிற திருமதி ராம்பிரகாஷுக்கும் ஒரு வருஷமாப் பழக்கம். ஒரு நாள் மழையில மாட்டிக்கிட்டு அவங்க பிரிகேட் ரோட்டில் ஒரு ஷாப் முன்னால காத்துக்கிட்டு இருந்தப்ப...’

‘ஐ டோட்டலி அப்ஜெக்ட் யுவர் ஆனர்! இர்ரெலவண்ட்! இர்ரெஸ்பான்ஸிபிள் அண்ட் ஸ்லாண்டரஸ்! ஸ்காண்டலஸ்!’

‘ராவ், இதையெல்லாம் நீங்க நிரூபிக்கப் போறீங்களா?’

‘ஆமாம், நிரூபிக்கவேண்டிய கட்டாயம் ஏற்பட்டிருக்கிறது. அதுக்கு ப்ராஸிக்யூஷன்தான் காரணம். கண்ணாடி வீட்டிலிருந்து கல் எறியறாங்க. திஸ் ஈஸ் நாட் ரேப் யுவர் ஆனர். திஸ் ஈஸ் நிம்ஃபோமேனியா.’

டாக்டர் ராம்பிரகாஷ் கோவர்த்தன் ராவை அணுகியதை அவர் கவனிக்கவில்லை. பின்னால் அணுகி, பெஞ்சியைத் தாண்டி ஒரு கான்ஸ்டபிள் அவரைப் பிடிப்பதற்குள் ராம்பிரகாஷ் கோவர்த்தன் ராவின் கழுத்தைப் பிடித்து உலுக்க ஆரம்பித்தார். அவர் முகம் முழுவதும் ரத்தம் பாய்ந்து சிவந்து நரம்புகள் புடைக்க வெறித்தனமாகக் கத்தினார். ‘யூ ஃபூல். யூ பேஸ்லஸ் இடியட்! யு லையர்!’ என்று.

அதற்குள் ஒரு போலீஸ் அதிகாரி அவர்கள் இருவரையும் விலக்க, மாஜிஸ்திரேட் கோபத்துடன், ‘வாட் ஈஸ் இட்? சார், இது?’ என்று கேட்டார்.

‘ப்ரொபஸர் ராம்பிரகாஷ்.’

‘ஸ்டாப் ஹிம். ப்ரொபஸர்! இது கோர்ட்டு! கோர்ட்டில் சில டெக்கரெம் எல்லாம் இருக்கிறது. நீங்கள் ஒரு மரியாதைக்குரிய ப்ரொபஸர். நீங்கள் எப்படி?’

'உண்மையைச் சொன்னால் கோபம் வருகிறது' என்று கோவர்த்தன் ராவ் தம் கழுத்தைத் தளர்த்திக்கொண்டு, இருமிக் கொண்டு சொன்னார்.

'ப்ரொபஸர், நீங்கள் நடந்துகொண்ட விதம் நல்லதல்ல. அதற்காக உங்களுக்கு தண்டனை அளிக்க வேண்டும். தி கோர்ட் ஈஸ் அட்ஜர்ண்ட்ர். ப்ரொபஸர் ராம்பிரகாஷ், மிஸ்டர் விஜி ராவ் இரண்டு பேரும் என்னை என் அறையில் வந்து பாருங்க!' என்று மாஜிஸ்டிரேட் விலகிச் செல்ல, பாபுவும் பால்குண்டுவும் அழைத்துச் செல்லப்பட்டனர்.

மாஜிஸ்திரேட் பீமப்பாவின் அறை சிறியதாக இருந்தது. அதில் மேசை மேல் பொட்டலம் விரித்து சாண்ட்விச் சாப்பிட்டுக் கொண்டிருந்தவர், ராம்பிரகாஷ் வந்ததும், 'நீங்க நடந்துக் கிட்டது ரொம்ப ரொம்ப மோசம். நோ வயலன்ஸ் இன் மை கோர்ட்!' என்று எடுத்துரைத்தார்.

'கோவர்த்தன் ராவ் சொன்னது அத்தனையும் அப்பட்டமான கலப் பில்லாத பொய். இத்தனை அபாண்டமா யாராலும் நினைத்துப் பார்க்கக்கூட முடியாது!' கோவர்த்தன் ராவைப் பார்த்து, 'ஏன் சார், எப்படி உங்களால் கூசாமல் பொய் சொல்ல முடிகிறது? மை காட்! உங்க தொழிலுக்கு ஒரு ரெஸ்பெக்ட் கொடுங்க சார். எப்பேர்ப்பட்ட பெரிய மனுஷங்களெல்லாம் வக்கீலா இருந் திருக்காங்க! அவங்களுகெல்லாம் ஒரு மரியாதை கொடுங்க!'

'ராம்பிரகாஷ்' என்று கோவர்த்தன் ராவ் அவரைத் துருதுரு வென்று பார்த்தார். 'உங்க மேலே எனக்கு எந்த விரோதமும் கிடையாது. இன்ஃபாக்ட் உங்ககிட்ட பர்ஸனலா அப்புறம் மன்னிப்பு கேட்கத்தான் இருந்தேன். என் இலக்கெல்லாம் இந்தப் போலீஸ்காரங்க! அவங்க பண்ற அட்டகாசம், அவங்க அடிதடி, இதைத்தான் எதிர்க்கிறேன். அவங்க ஒரு மாதிரி வன்முறையைப் பயன்படுத்தறாங்க ஸ்டேஷன்ல. நான் வேறே மாதிரி அயோக் கியத்தனத்தைப் பயன்படுத்தறேன் கோர்ட்டில்! முள்ளை முள்ளாலதான் வாங்கியாகணும். வக்கீல் தொழிலுக்குக் களங்கம் விளைவிக்கிறேன்னு சொல்றீங்க. என் மாதிரி ரெண்டு மூணு வக்கீலும் தேவை சார். இல்லைன்னா இவங்க அராஜகத்தை, இவங்க அநியாயத்தைக் கட்டுப்படுத்தவே முடியாது. ஸம்படி ஹேஸ் டு ஃபைட் அனார்க்கி!'

'இல்லை சார். இந்த முறை தப்பு.'

'நீங்க எதுக்கு சார் கோர்ட்டுக்கு வந்தீங்க? உங்க சம்சாரம் எதுக்கு சார் கோர்ட்டுக்கு வந்தாங்க? இவங்கதான்னு எப்படிச் சொல்ல முடியும்! சம்பவம் நடந்தது இருட்டுலே! யாரோ யாரையோ அரஸ்ட் பண்ணிட்டு இவங்கதான்னு காட்டச் சொன்னா காட்டிர்றதா? அதுக்கு எப்படி ஒப்புக்கிட்டீங்க?'

'இவங்கதான் சார்!'

'நோ ஸாரி! பெனிபிட் ஆப் டவுட் கொடுத்தே ஆகணும். ஏழு மணிக்கு கபன் பார்க் இருட்டில யாராலயும் தெளிவா அடையாளம் சொல்ல முடியாது!'

'இப்ப கேஸை இந்த மாதிரித்தான் நடத்தப் போறீங்களா?'

'இந்த மாதிரித்தான் யுவர் ஆனர். இதுதான் ஆரம்பம்!' ராம்பிரகாஷ் மாஜிஸ்ட்ரேட்டைப் பார்த்தார். 'ஸாரி சார்... யுவர் ஆனர், நான், நாங்கள்லாம் மரியாதப்பட்டவங்க. எங்களால இந்த அவமானத்தைத் தாங்கிக்க முடியாது. வித் ட்யூ ரெஸ்பக்ட் டு தி கோர்ட், நான் என் மனைவி சாட்சி சொல்றதை உடனே நிறுத்திட விரும்பறேன்!'

'அது எப்படி? இண்டியன் எவிடன்ஸ் ஆக்ட்படி...' என்று ஆரம்பித்தார் ராவ்.

'டு ஹெல் வித் யுவர் ஆக்ட் மேன்!' என்று திரும்பிப் பார்க்காமல் விருட்டென்று புறப்பட்டுக் கிளம்பி வந்தார். 'அம்ரு! வா, கோர்ட்டு முடிஞ்சு போச்சு!'

அம்ருதா காரிடாரில் வெற்றுப் பார்வை பார்த்துக் கொண்டிருந்தாள். 'இனிமே வேண்டாம். நான் அங்கே போகலை. எனக்கு எவிடன்ஸ் வேண்டாம்! சாட்சி வேண்டாம்! ரொம்ப ஆபாசமாகக் கேக்கறார் அவர்!'

'அம்ரு, நீ ஏதும் சொல்லப் போறதில்லை. நாம வீட்டுக்குப் போறோம் இப்ப. வேண்டாம் வேண்டாம்னு நான் அடிச்சுக்கிட்டதே இதுக்குத்தான். இது வேறு உலகம் அம்ரு. நாமெல்லாம் நல்ல டிரஸ் போட்டுண்டு இருக்கோம். இந்தச் சகதியில கால் வெக்க முடியாது!'

சோமசேகர் அவருடன் பின்னால் அவசரமாக வந்து 'ப்ரொபஸர் ப்ளீஸ்!'என்று கூப்பிட்டார்.

ராம்பிரகாஷ் திரும்பிப் பார்த்து 'என்ன?' என்றார்.

'கோவர்த்தன் ராவ் மாதிரி ஆளுங்க பண்ற அக்கிரமத்தை நிறுத்த நமக்கெல்லாம் பொறுப்பு இருக்கு, இல்லையா?'

'நீங்க பண்ற அக்கிரமத்தைத் தடுக்கிறதுக்காகத்தான் அவர் அப்படிச் செய்யறாராம்!'

'ராம்பிரகாஷ்' என்று சோமசேகர் ஏதோ சொல்ல முற்பட, அவரைத் தடுத்து, 'லுக் சோமசேகர், ஐ'ம் ஃபெட் அப்! எனக்கு நீங்கள் எல்லோருமே ஒரே கட்சின்னு சந்தேகம் வருது!' என்றவர், 'வா அம்ரு' என்றார், அம்ருவைப் பார்த்து.

'ஒரு நிமிஷம் இருங்க மிஸ்டர் ராம்பிரகாஷ்! இந்த கேஸை நாங்க, போலீஸ்ல வாபஸ் வாங்கிக்க வேண்டிவரும். சாட்சியங்கள் போதலைன்னு. பரவாயில்லை. ஆனால், என்னைப் பொருத்த வரையில் பாபு, பால்குண்டு ரெண்டு பேர்தான் செய்திருக்காங்க. அதைப் பற்றிச் சந்தேகமே இல்லை. எனக்கு மோதிரம் கிடைச்சிருக்கு. பேப்பர் கட்டிங்ஸ் இருக்கு. பாபு தன்னிச்சையாச் செய்ததெல்லாம் ஒப்புத்துக்கிட்டு இருக்கான். ஆனா கோர்ட்டில் சட்டப்பூர்வமா இவங்களைக் குற்றவாளின்னு எங்களால நிரூபிக்க முடியலை. இது நம் சட்ட முறைகள்ல இருக்கிற குறைபாடுன்னுதான் சொல்லணும். யாரோ ஒண்ணு ரெண்டு பேர் சட்டத்தைத் துஷ்பிரயோகம் செய்யறாங்கங்கிறதுக்காக அதைக் காக்க ரொம்ப ஓட்டைங்கள்லாம் இருக்குது! இவங்க ரெண்டு பேத்தையும் தண்டனை இல்லாமல் மறுபடி நம்ப வீதிகள்ல உலாவ விடப்போறோம். இட்ஸ் எ கிரேட் பிட்டி!'

ராம்பிரகாஷ், 'அதனால் என்ன?' என்றார் அலட்சியமாக.

'நீங்க கோர்ட்டில் ஏதும் சொல்ல வேண்டாம். என் ஆபீசுக்கு ஒரு முறை என்கூட இப்ப வாங்க போதும்!'

'எதுக்கு?'

'அங்கே வந்தாச் சொல்றேன், வாங்க.'

'எதுக்குச் சொல்லுங்க?'

'ஒரு மாதிரி நெமிஸில், பொயட்டிக் ஜஸ்டிஸ்! ஒரு நியாயம் நடக்கணும்!'

'புரியலை.'

'தயவு செய்து மேலே கேக்காதீங்க, எங்கூட வாங்க! தர்மராஜன்! இங்க வாங்கய்யா!'

அம்ருதா பிரமித்துப் பார்த்து நின்றுகொண்டிருந்தாள்.

'சிரமத்துக்கு மன்னிச்சுக்குங்கம்மா. இனிமே நீங்க கோர்ட்டுக்கு வரவேண்டாம். ஆனால் ஒரு சின்ன வேலை பாக்கியிருக்கு, இந்த கேஸ்ல!' என்றார்.

அம்ருதா பதில் சொல்லவில்லை.

சோமசேகர் மாஜிஸ்திரேட் கோர்ட்டிலிருந்து ரெஸிடென்ஸி ரோட்டில் இருந்த அவர் அலுவலகத்துக்கு இருவரையும் அழைத்துச் சென்றார். வயர்லெஸ் ஆண்டெனாவைத் தாண்டி, கம்பத்துக்கு மேற்புறமாக சிமெண்ட் பைகள் போட்டுக் கட்டடம் பாதி கட்டிக் காலியான அறைகள் இருந்தன. அதில் ஒன்றில் ஒரே ஒரு நாற்காலி போட்டார். 'கொஞ்ச நேரம் உட்காருங்க!' என்றார். சற்று நேரத்தில் திரும்பி வந்தார். ராம்பிரகாஷ் திடுக்கிடுமாறு இருவர் உள்ளே தள்ளப்பட்டு அவர் காலடியில் விழுந்தனர். பாபுவும் பால்குண்டுவும்.

23

ஏறக்குறைய அவர் காலடியில் விழுந்த பால்குண்டுவையும் பாபுவையும் பார்த்து பிரமித்தார் ராம்பிரகாஷ்! 'என்ன சோமசேகர் இதெல்லாம்?' பாபு, பால்குண்டு இருவரும் விலங்கு போட்டு ஒரு பொதுக் கயிற்றால் பிணைக்கப்பட்டிருந்தார்கள். கால்கள் கட்டப்பட்டிருந்தன. நகர்வதற்கு இரு வரும் ஜந்துக்கள்போல ஊர்ந்தால்தான் சாத்தியம்.

அவர் கேட்டதைக் கவனிக்காமல் சோமசேகர் இரு வரையும் பூட்ஸ் காலால் உதைத்தார். தர்மராஜன் தன் பெல்ட்டைக் கழற்றி உதறிக் கொண்டார். 'என்னடா? அவ்வளவு சுலபத்தில் பாலிடிக்ஸ் கொண்டாந்து தப்பிச்சுரலாம்னு பார்க்கறீங்களா. உங்களைக் கொலை பண்ணிட்டுத்தாண்டா விடப் போறேன்!'

ராம்பிரகாஷ் நம்பிக்கையில்லாமல், 'தர்மராஜன், வாட்ஸ் ஆல் திஸ்?' என்றார்.

'மன்னிக்கணும். இவங்க ரெண்டு பேத்தையும் ட்ரேஸ் பண்ணிக் கண்டுபிடிக்க நாங்க அரும்பாடு பட்டோம்! இப்போ, ஒரு வக்கீலோட பொய்கள் னால, அயோக்கியத்தனத்தால தப்பிச்சுக்கறாங்க. என்ன அநியாயம்?'

'அதுக்காக?'

தர்மராஜன் அவர் அருகில் வந்து, கண்களை விரித்து ராம்பிரகாஷைப் பார்த்து, 'இவங்க ரெண்டு பேரும்

உங்க மனைவியைக் கற்பழிச்சிருக்காங்க ப்ரொபஸர்! இதோ உங்க முன்னால நிக்கறாங்க! அடிங்க! ஜஸ்ட் பீட் தெம்! பீட் தி ஹெல் அவுட் ஆப் தெம்! வேற வழியே இல்லை. இவங்களைத் தண்டிக்க! நாங்க பார்க்கவே மாட்டோம். அந்தப் பக்கம் திரும்பிக்கிறோம்! அடிங்க! நிமித்துங்க! அடுத்த ஒரு மணி நேரத்துக்கு யாரும் கண்டுக்கப் போறதில்லை. என்ன சப்தம் போட்டாலும் யாருக்கும் கேட்காது! என்ன ஆயுதம் வேணும். தர்றேன். டயர், சங்கிலி, இரும்புத் தடி... நாங்க வெளியே காத்திருக்கோம். பி எ மேன் ப்ரொபஸர்! கொலை மட்டும் செய்து ராதீங்க! பாக்கி எல்லாக் காயங்களையும் நாங்க பார்த்துக்கறோம்!'

அந்த வார்த்தைகளின் அதிர்ச்சி உரைக்கும்முன்பு ப்ரொபஸரைத் தனியாக அவர்களுடன் விட்டுவிட்டு இரு போலீஸ் அதிகாரி களும் விலகிக் கொண்டார்கள்.

'உள்ளே போங்கம்மா, நீங்களும் செருப்பால அடிங்க. பரவா யில்லை!'

அம்ரு திகைத்து, ஓரத்தில் புடைவைத் தலைப்பைக் கடித்துக் கொண்டு, நடுங்கிக்கொண்டு நின்றாள். 'எனக்குப் பயமா இருக்கு' என்றாள்.

ராம்பிரகாஷ் அவர்களை ஆர்வத்துடன் பார்த்தார்.

'ரெண்டு பேரும் ஒண்ணும் செய்ய முடியாது அம்ரு. விலங்கு மாட்டியிருக்காங்கல்ல? நாயைப் போலக் கட்டிப் போட்டிருக் காங்க!'

நடுவே கீழே கிடந்தார்கள். பாபுவின் வாய் ஓரத்தில் ரத்தம் தெரிந்தது. 'அய்யா, அய்யா, இவன் பேச்சைக் கேட்டுத்தான் செய்தேன்யா!'

பால்குண்டுவைப் பார்த்தார். அவன் எதிர்த்துப் பார்த்தான் விரோதமாக. 'ஏதாவது செய்தீங்க. பின்னிருவேன் தெரியு மில்லை' என்றாலும் அவன் குரலில் நடுக்கம் இருந்தது.

'அம்ரு, இவங்களை என்ன செய்யலாம்? வா, அம்ரு. பயப்படாதே அம்ரு. உன்னை அன்னைக்கு வீழ்த்தினவங்க இப்ப வீழ்ந்து கெடக்கறாங்க! பாரு, வா அம்ரு! என்ன செய்யலாம் இவர்களை? கிட்ட வா, ஒண்ணும் பண்ணாது. கட்டிப் போட்டிருக்காங்க. எதை

வெச்சுக்கிட்டு இவங்களை அடிக்கலாம் அம்ரு? சொல்லு என்ன ஆயுதம்? எது வேணாத் தருவாங்க!'

இருவரும் மிரள மிரளப் பார்க்க, 'அம்மா, தெரியாத்தனமாச் செய்துட்டோம்மா, மன்னிச்சுக்கோம்மா, நீங்க இவ்வளவு நல்லவங்கன்னு தெரிஞ்சிருந்தா...' என்றனர்.

அம்ரு கிட்டே வந்து அவர்களைக் கவனித்துப் பார்த்தாள்.

'உம் பேர் என்ன?' என்றாள்.

'பாபு.'

'நீ?'

'பால்குண்டு.'

'அக்கா தங்கச்சி இருக்காங்களா?'

'இல்லை. அம்மாதான்!'

'உனக்கு?'

'எனக்கு அதுவும் கிடையாது!'

'உங்கம்மா பேரு என்ன?'

'லட்சுமி!'

'சிக்கபேட்டைல பொம்பிடி அடிக்கிறாங்க அய்யா! பெரியவரே பாருங்க. பெரியவரே! நாங்க ஏன் இப்படி எல்லாம் செய்யறோம். கொஞ்சம் கேட்டுப் பாருங்க. எனக்குப் படிப்பு தந்தாங்களா? உங்க புள்ளைங்களை மாதிரி கான்வெண்டுக்கு அனுப்பிச்சாங் களா? இவன் பாபு - சின்ன வயசிலிருந்தே அம்மா தேவடியா வேலை செய்யறதையே பார்த்துக்கிட்டு இருக்கான்! எப்ப லேந்துடா, பாபு?'

'சின்னப் புள்ளைல கட்டிலுக்கு அடியில் ப்ராந்தி கொடுத்துப் படுக்க வெச்சிருவா. கால் மட்டும் தெரியும்! அம்மா காலு. அப்புறம் ராத்திரி வந்து போய்க்கினே இருப்பாங்க. அவங்க கால் தெரியும். நிறையக் கால் பார்த்திருக்கேன்!'

'இதான் இவன் பள்ளிக்கூடம்! நான்? இவனாவது அம்மான்னு பார்த்திருக்கான். பொறக்கறப்பவே அம்மா இல்லைங்க எனக்கு.

அப்பா செயில்ல இருக்கார். நான் ஒரு வீட்டுக்குள்ள ஒரு கூரைக்குக்கீழ் இதுவரை ஒரு ராத்திரி படுத்ததில்லை. ப்ளாட் பாரம்தான்! சுக்சாகர் இருக்கு பாருங்க. அங்கேதான். பிச்சை எடுத்துக்கிட்டு இருப்பேன். அப்புறம் குப்பை பொறுக்கினேன்! எச்சி இலை தின்னேன்... கொடி கட்டினேன், தோரணம் கட்டி னேன். அப்புறம் லாரி கிளீனர். அப்புறம் நஞ்சப்பாகிட்டே இருந்தேன். அவருக்குச் சீராமபுரத்தாண்டை சாராயக் கடையும் யசவந்தபுரத்தில் தென்னந்தோப்பும் இருக்குது. அங்கேதான் ரெண்டு கொலை நடந்திருக்குது. என் கண்ணாலப் பார்த்திருக் கேன். பதினெட்டு பார்பர் ஷாப்பு கடை வெச்சிருக்காரு. பி.டி.ஏ. சைட்டு வெச்சிருக்காரு. இந்த வக்கீலுக்குக்கூட அவருதான் ஏற்பாடு பண்ணாரு! அம்மா, நான் செஞ்சது ரைட்டுன்னு சொல்ல வரலைம்மா! தப்பு, ரைட்டு தெரியாம காரியங்கள் பழக்கிக் கொடுத்துட்டாங்கம்மா. உங்க மாதிரி பெரிய மனுஷங்களுக்குக் கொடுக்கற மாதிரி சந்தர்ப்பம் கொடுத்திருந்தா ப்ளாட்பாரம் பொறுக்கிங்களா வளர்ந்திருப்போமா, சொல்லுங்கம்மா? உங்களைத் தொட்டது ரைட்டுன்னு சொல்லலை. இப்ப உங்க முகத்தைக் கிட்ட சரியாப் பார்த்ததும், 'அட! என்ன காரியம் செஞ்சுட்டடா படுபாவின்னு' எனக்கு உள்ளுக்குள்ளே வெள்ளம் பொங்கறமாதிரி எம் மேலேயே வெறுப்பு வந்திருச்சும்மா... திருந்திட்டேன்னு சொல்ல வரலை; திருந்திடுவேன்னு காரண்ட் டியாச் சொல்லலை. ஆனா செய்த தப்புக்கு எனக்கு உள்ளாற ரொம்ப வருத்தப்படறேன்! அவ்வளவுதான் காரண்டியாச் சொல்ல முடியும், என்னடா பாபு?' என்றான் பால்குண்டு.

பாபு லேசான அழுகையுடன் சொன்னான்: 'எங்கம்மாவை வெறுக்கணும் போலத்தாங்க தோணுது. ஒரு சமயம் கொன்னுர லாம்னு தோணும். ஒரு சமயம் அவ மேலே பாவமா, ஏன் ஆசை யாக்கூட இருக்கும். என்னங்க சொல்வேன். உங்களால எல்லாம் பீல் பண்ணிப் பார்க்க முடியாதுங்க. சொந்த அம்மாளுக்கே ஆள் புடிச்சுக்கிட்டு வரணும்னா என்ன வெறுப்பா இருக்கும்! அதாங்க எல்லாப் பொம்பளைங்க மேலேயும் வெறுப்பாயிடுச்சு! ஆனா அம்மா, எனக்கு ஏதாவது தண்டனை கொடுங்க! அய்யா, உங்க சம்சாரத்தை என்னை அடிக்கச் சொல்லுங்க, வாங்கிக்கறேன்.'

'நாங்க செஞ்சதுக்கு சப்பைக் கட்டு கட்ட வரலை. நாங்க வேற ஏதும் செய்திருக்க முடியாது! எங்களுக்கு ரௌடி வேலையைத் தவிர யாரும் ஏதும் கத்துத் தரலைங்க!'

அவன் சொன்னதை சுவாரஸ்யமாகக் கேட்டுக்கொண்டிருந்த ப்ரொபஸர் ராம்பிரகாஷ், 'வா அம்ரு, போகலாம்!' என்றார்.

'அம்மா போகாதீங்க. ஏதாவது தண்டனை கொடுங்க. அப்பத்தான் எங்களுக்கும் நிம்மதி!'

'அடிச்சிருங்கம்மா!'

அம்ரு மெல்ல மெல்ல அவர்கள் அருகே சென்றாள்.

'அம்ரு வேண்டாம்!'

அம்ரு சுற்றுமுற்றும் பார்த்தாள். ஓரத்தில் நாற்காலி இருந்தது.

'வேண்டாம் அம்ரு! தேர் இஸ் நோ பாயிண்ட்!' என்றார் ராம்பிரகாஷ்.

கிட்டச் சென்றாள். அம்ருதா கையைப் பலமாக ஓங்கி, பாபுவின் கன்னத்திலும் பால்குண்டுவின் கன்னத்திலும் லேசாக, மிக லேசாகத் தட்டினாள். 'அடிச்சாச்சு போகலாம்.'

அவர்கள் இருவரும் அறையை விட்டு வெளியே வந்தபோது வானம் வெண் பஞ்சு மேகங்கள் அனைத்தையும் புறக்கணித்து விட்டுச் சுத்த நீலமாக இருந்தது.

'என்ன சத்தத்தையே காணோம்? தண்டனை கொடுக்கவே இல்லையா, நீங்க?' என்றார் தர்மராஜன்.

'ஆச்சு.'

சோமசேகர் அறைக்குச் சென்றார்கள். அவர் அப்போதுதான் ஃப்ளாஸ்கில் இருந்து காப்பி ஊற்றிக்கொண்டிருந்தவர், 'வாங்க, வாங்க!' என்றார்.

'என்ன ஆச்சு?'

'ஒண்ணும் ஆகலை.'

'யூ மீன், நீங்க அவங்களை...'

'அடிக்கலை!'

'நான் அடிச்சாச்சு!'

இருள் வரும் நேரம் ❋ 173

'நீங்களா?'

'கன்னத்தில் ரெண்டு அடி செல்லமாத் தட்டினா!'

'என்ன ப்ரொபஸர் இது?' என்றார் தர்மராஜன்!

'இல்லை, சோமசேகர். தண்டனை கொடுக்கப்பட வேண்டியது அவங்களை இல்லை!'

'பின்னே யாரு?'

'அது பெரிய லிஸ்டுங்க!'

'என்ன சொல்றீங்க ப்ரொபஸர்?'

'அவங்களைப் படிக்க வைக்காத இந்தத் தேசம்! அவங்களை உருவாக்கின இந்தச் சமூகம்! அதைத்தான் தண்டிக்கணும்!'

'சமூகத்தைச் சாட்சிக்கூண்டில் கொண்டுவந்து நிறுத்த முடியாது ப்ரொபஸர்!'

'சமூகம்னு எல்லாரும் பேசறீங்க. அது யாரு, என்ன, எது, ப்ரொபஸர்!'

'நீங்க, நானு, அம்ரு எல்லாரும்தான்! நாம பார்க்கற சினிமா, படிக்கிற பத்திரிகை எல்லாம்தான்!'

'இதிலே குற்றவாளி யாரு?'

'நம்முடைய ஒட்டுமொத்தமான அலட்சியம், apathy! இதை வீட்டில் போய் யோசிச்சுப் பாருங்க. புரியும்.' ராம்பிரகாஷ் இப்போது தெளிவாகப் பேசினார். 'சோமசேகர், நாம எல்லாரும் ஒவ்வொரு தடவை கனிவில்லாம, கருணையில்லாம இருக்கிற போதும், ஒவ்வொரு ஓட்டு போடாதபோதும், ஒவ்வொரு முறை லஞ்சம் தர்றபோதும், ஒவ்வொரு முறை அநியாயங்களைச் சகிச்சுக்கிறபோதும், ஒரு பாபுவையோ பால்குண்டுவையோ உருவாக்கறோம்! நான் வர்றேன், தாங்க்ஸ்.'

ப்ரொபஸர் தன் காரில் ஏறிக்கொண்டு முன் கதவைத் திறந்துவிட, அம்ரு ஏறிக்கொண்டாள். இருவரும் மௌனமாகவே சென்றார்கள். விதான சௌதா அருகில் ட்ராபிக் விளக்குக்காக நின்ற போது, பக்கத்தில் 'ஹாய்!' என்று குரல் கேட்டுத் திரும்பிப்

பார்க்கையில், மோட்டார் சைக்கிளில் பாலாவை ஹெல்மெட்டைக் கழற்றியதும்தான் அடையாளம் கண்டுகொள்ள முடிந்தது. பின் சீட்டில் வர்ஷா தொத்திக்கொண்டு உட்கார்ந்திருந்தாள்.

'ஹாய்! ப்ரொபஸர்!' என்றாள். 'ஹலோ வர்ஷா! எப்படி இருக்கே?' என்றார் ப்ரொபஸர்.

'இன்விடேஷன் கிடைத்ததா?'

'என்ன இன்விடேஷன்?'

'கல்யாணம்' - தன்னையும் பாலாவையும் விரலால் காட்டினாள்.

'அப்படியா? கங்கிராட்ஸ்!'

'கட்டாயம் வரணும்! உட்லண்ட்ஸ்ல, நோ ரிசப்ஷன்!'

பச்சை விளக்கு கிடைக்க இருவரும் ஒருவராக ஒட்டிக்கொண்டு சீறிப் புறப்பட, 'பொருத்தமா இருக்கும் இல்லை?' என்றாள் அம்ருதா.

'ஆமாம் அம்ரு! ரொம்ப.'

அம்ருதா ராம்பிரகாஷின் கைகளைப் பற்றிக்கொள்ள, அவர் அதை வாங்கிப் பத்திரப்படுத்திக்கொண்டார்.